മുല്ലപ്പെരിയാറിൽനിന്ന് അനുഷ

mullapperiyaril ninnu anusha
children's novel

•

dr. m a siddeek

•

first edition
march 2012

•

typesetting
megha

•

published
chintha publishers, thiruvananthapuram

•

•

cover & illustration
sudheer p y

വിതരണം

ദേശാഭിമാനി ബുക്ക് ഹൗസ്

H O തിരുവനന്തപുരം–695 035
www.chinthapublishers.com
chinthapublishers@gmail.com

ബ്രാഞ്ചുകൾ

ഹെഡ്ഡാഫീസ് കുന്നുകുഴി • ഓവർബ്രിഡ്ജ് തിരുവനന്തപുരം • കെ എസ് ആർ ടി സി ബസ് സ്റ്റേഷൻ ആലപ്പുഴ • കെ എസ് ആർ ടി സി ബസ് സ്റ്റേഷൻ എറണാകുളം • മച്ചിങ്ങൽ ലെയ്ൻ തൃശൂർ • ഐ ജി റോഡ് കോഴിക്കോട് • കെ എസ് ആർ ടി സി ബസ് സ്റ്റേഷൻ കോഴിക്കോട് • എൻ ജി ഒ യൂണിയൻ ബിൽഡിങ് കണ്ണൂർ • സെൻട്രൽ ബസ് ടെർമിനൽ കോംപ്ലക്സ് താവക്കര കണ്ണൂർ

CO - 1703 / 2856

മുല്ലപ്പെരിയാറിൽനിന്ന് അനുഷ

(കുട്ടികളുടെ നോവൽ)

എം എ സിദ്ദീഖ്

ചിന്ത പബ്ലിഷേഴ്സ്
തിരുവനന്തപുരം-695 035

ഡോ. എം എ സിദ്ദീഖ്

1981 ജനുവരിയിൽ നെടുമങ്ങാട് ജനനം. പിതാവ് : ഒ മുഹമ്മദ് ഹനീഫ, മാതാവ് : ആബിദബീവി. യൂണിവേഴ്സിറ്റി കോളേജിൽനിന്ന് ഗണിതത്തിൽ ബിരുദവും (2001), മലയാളത്തിൽ ബിരുദാനന്തരബിരുദവും, തിരുവനന്തപുരം പ്രസ്സ് ക്ലബ് ഇൻസ്റ്റിറ്റ്യൂട്ട് ഓഫ് ജേണലിസത്തിൽനിന്നും ഡിപ്ലോമ. യു ജി സി ഫെല്ലോഷിപ്പോടെ കേരള സർവകലാശാലയിൽനിന്നും പി എച്ച് ഡി. പ്രസ്തുത പ്രബന്ധത്തിന് 2009 ലെ ഏറ്റവും മികച്ച മലയാള ഗവേഷണ പ്രബന്ധത്തിനുള്ള 'ഭാഷയ്ക്കൊരു ഡോളർ' പുരസ്കാരം ലഭിച്ചു.

ഭാഷാപോഷിണി സാഹിത്യാഭിരുചി പുരസ്കാരം (1997), *എസ് പി സി എസ്* – കാരൂർ കഥാപ്രൈസ് (2002), *പൂർണ* – ഉറൂബ് അവാർഡ് (2003), തമിഴ്നാട് സർക്കാരിന്റെയും ബാംഗ്ലൂർ വിശ്വേശ്വരയ്യ മ്യൂസിയത്തിന്റെയും സയൻസ് സ്കോളർഷിപ്പ് (1996), കേരള സർവകലാശാല യൂണിയൻ കവിതാസമ്മാനം തുടങ്ങി നിരവധി പുരസ്കാരങ്ങൾ ലഭിച്ചിട്ടുണ്ട്. ഇപ്പോൾ, തിരുവനന്തപുരം യൂണിവേഴ്സിറ്റി കോളേജിൽ മലയാളം അസിസ്റ്റന്റ് പ്രൊഫസർ.

അവൾത്തുരുമ്പ് (ചെറുകഥാ സമാഹാരം), *ഖസാക്കിന്റെ മേൽവിലാസം, ആഗോളീകരണവും മലയാളചെറുകഥയും* (നിരൂപണം), *പ്രിയപ്പെട്ട മുത്തശ്ശിക്ക്* (കുട്ടികളുടെ നോവൽ) *ജലഭ്രമങ്ങളിൽ ഞാൻ* (നോവൽ) എന്നിവ പ്രസിദ്ധീകരിച്ച പുസ്തകങ്ങൾ.

പുരോഗമന കലാസാഹിത്യസംഘം തിരുവനന്തപുരം ജില്ലാ കമ്മിറ്റി അംഗം, എ കെ ജി സി ടി സംസ്ഥാന പ്രവർത്തകസമിതി അംഗം, *സംഘശബ്ദം* മാസികയുടെ എഡിറ്റർ. *പുരോഗമന കലാസാഹിത്യസംഘം* മാസികയുടെ സബ്എഡിറ്റർ.

ഭാര്യ : ആർ രഹ്നമോൾ

മകൻ : അമൽഹമദ്

വിലാസം : സിദ്ദീഖ് മൻസിൽ
കൈതോട്ടുകോണം
ബാലരാമപുരം പി ഒ
തിരുവനന്തപുരം – 695501

ഫോൺ : 9447125202

e-mail : siddeekma@yahoo.co.in

ഉള്ളടക്കം

ആമുഖം

നിറവേറാതെപോയ ഒരു ഡോക്യുമെന്ററി നിർമാണത്തിന്റെ ത്രസിപ്പിക്കുന്ന അനുഭവങ്ങൾ ഈ ചെറിയ നോവലിന്റെ പിറവിക്കു പിന്നിലുണ്ട്. കട്ടപ്പന ഗവ. കോളേജിലെ ഫിലിം ക്ലബ്ബിനുവേണ്ടി, മൂന്നാംവർഷ ഇക്കണോമിക്സ് ബിരുദ വിദ്യാർഥികളായിരുന്ന ഷൈജുവിനും തോമസിനും വിപിനുമൊപ്പം തയാറാക്കാൻ നിശ്ചയിച്ച *മുല്ലപ്പെരിയാർ – ഒരു നിശ്ശബ്ദദുരന്തത്തിന്റെ....* എന്നു പേരിട്ട ഡോക്യുമെന്ററിയായിരുന്നു അത്.

ആനവിലാസത്തെ ഏലക്കാടുകളുടെ, രണ്ടാൾപ്പൊക്കം വരുന്ന തണുത്ത മഞ്ഞിറക്കത്തിലൂടെയും മഴപ്പെയ്ത്തിലൂടെയും ബൈക്കോടിച്ച്, വണ്ടിപ്പെരിയാറു കടന്ന്, അണക്കെട്ടിനു താഴെ വള്ളക്കടവു കവലയിലെത്തിച്ചേർന്ന ആ പ്രഭാതം ജീവിതത്തിലെ മഹാനുഭവങ്ങളിൽ ഒന്നാണെനിക്ക്. കാലം എന്ന അപാരവും അഗാധവുമായ വാസ്തവം നിശ്ശബ്ദമായി മിടിക്കുന്നത് വള്ളക്കടവിൽനിന്നാൽ നമുക്ക് അറിയാനാവും.

ഏതു നിമിഷവും വള്ളക്കടവുകാർ ആ മഹാദുരന്തത്തെ പ്രതീക്ഷിച്ചുകഴിയുന്നു. മുല്ലപ്പെരിയാർ അണക്കെട്ടിന്റെ തകർച്ച കൊണ്ടുവരാൻ പോകുന്ന മനുഷ്യനിർമിത പ്രളയത്തെ. ഏതു കൗതുകത്തെയും നിസ്സംഗമായി ഒപ്പിയെടുക്കുന്ന ഞങ്ങളുടെ ക്യാമറയ്ക്കുമുന്നിൽ, നിസ്സഹായരായ മനുഷ്യജീവികളായി

അവർ നിരന്നുനിന്നു; വാക്കുകളിൽ ക്ഷോഭവും നിരാശയും സങ്കടവും വിശ്വാസവും വികാരരാഹിത്യവും പങ്കുവച്ചു. ചിലരെങ്കിലും അടക്കിക്കരഞ്ഞു. ഏതു സാങ്കേതികത്തികവിനെയും കലാപരതയെയും പരാജയപ്പെടുത്തുന്ന ആത്മാലാപമാണ് അവരുടേതെന്നു തിരിച്ചറിഞ്ഞ നിമിഷം, ഞങ്ങളുടെ കൈയിൽനിന്ന് ഡോക്യുമെന്ററിയുടെ നിയന്ത്രണം വിട്ടുപോവുകയായിരുന്നു. ഞങ്ങളും വള്ളക്കടവുകാരായിത്തീരുകയായിരുന്നു.

നിറവേറാതെപോയ ആ ഉദ്യമത്തിന്റെ മുകുളങ്ങളേയുള്ളൂ ഈ നോവലിൽ. വള്ളക്കടവിന്റെയും കേരളത്തിന്റെ വലിയൊരു പ്രദേശത്തിന്റെയും സുനിശ്ചിതമായ ആശങ്കകളുടെ ഒരു പ്രതലം *മുല്ലപ്പെരിയാറിൽനിന്ന് അനുഷ* എന്ന ഈ നോവലിനുമുണ്ട്. അനുഷയെ, ഒരിടത്തുനിന്നും കണ്ടെടുത്തതല്ല – അവൾ എന്റെയുള്ളിൽത്തന്നെ ഉണ്ടായിരുന്നു. എന്റെ സകലവിധമായ സംഭ്രമങ്ങളുടെയും വിളിപ്പാടുദൂരത്ത് ഒരു കൂട്ടുകാരിയെപ്പോലെയോ മകളെപ്പോലെയോ ഒക്കെ.... അവൾ നട്ട ഞാവൽമരം, എനിക്കുവേണ്ടിയും നട്ടതാണ്. മുല്ലപ്പെരിയാറിനെയും നമ്മൾ അതിജീവിക്കും എന്ന പ്രത്യാശയുടെ 'വിലക്കപ്പെടാത്ത കനി'യാണവൾ.

ദേശാഭിമാനി വാരികയാണ് അനുഷയ്ക്ക് ഒരു മേൽവിലാസം നൽകിയത്. കുട്ടികളുടെ ഭാഷയിലൂടെ സഞ്ചരിക്കാനുള്ള എഴുത്തുകാരന്റെ ആത്മവിശ്വാസം എനിക്കും വാരിക തന്നു.

അനുഷയെ വായിക്കുമ്പോൾ ഏതൊരു വായനക്കാരനും അയാളെത്തന്നെ വായിക്കുകയാണ് എന്ന് എഴുതിനിർത്തുമ്പോഴും വൃദ്ധനായ ആ അണക്കെട്ടിന്റെ താപസശരീരംകൂടി എനിക്കു നിങ്ങളെ കാണിക്കണമെന്നുണ്ട്. അതിന്, ഇനിയൊരാമുഖം വേണ്ടിവരുമെന്നതുകൊണ്ട് – ഈ നോവൽ വായിക്കാനെടുത്ത നിങ്ങൾക്ക് ഭൂമിയിലും ജലത്തിലും ആകാശത്തിലും നന്ദിപറയുന്നു.

ഡോ. എം എ സിദ്ദീഖ്

അവതാരിക

'അപ്പ എപ്പവരും കണ്ണേ!'

വിനോദ് വൈശാഖി

നീരാവി തണുത്തുപെയ്യുന്നതുപോലെയാണ് എം എ സിദ്ദീഖ് കഥയെഴുതുന്നത്. നാട് അനുഭവിക്കുന്ന പൊള്ളുന്ന വിഷയത്തെ പ്രതിഫലിപ്പിക്കാൻ വായനക്കാരനു നൽകുന്ന നിശ്ശബ്ദമായ സംഗീതമാണ് *മുല്ലപ്പെരിയാറിൽ നിന്ന് അനുഷ* എന്ന കുട്ടികളുടെ നോവൽ. ശർക്കരമിഠായിപോലെ രസമുള്ള കഥയ്ക്കുള്ളിൽ ഉരഞ്ഞുപൊട്ടുന്ന കുഞ്ഞനുഭവങ്ങളുടെ കുന്നുകൾ കാണാം.

മുല്ലപ്പെരിയാർ ഡാം ഇന്ന് ക്ലാസ്മുറികളിൽ ചർച്ചാവിഷയമാണ്. അസൈൻമെന്റുകളെഴുതി നിർദേശങ്ങൾ വയ്ക്കുന്ന കുട്ടികൾ. ഡാം തകർന്നാൽ ഇലപോലെ ഒലിച്ചുപോയേക്കാവുന്ന ജീവനുകളെയോർത്ത് വേവലാതിപ്പെടുന്നവർ. ക്ലാസ്മുറികളെ ഉത്സവം പൂക്കുന്ന മരത്തണലുകളാക്കി മാറ്റുന്നത് കുട്ടികളാണ്. സർഗാത്മകപ്രവർത്തനത്തിന്റെ ഭാഗമായി അവർക്ക് 'അനുഷ' വായിക്കാൻ നൽകി. വായനയ്ക്കുശേഷം മൗനം നിറഞ്ഞ് തണുത്തുപോയ കുട്ടികൾ പതുക്കെ മിണ്ടിത്തുടങ്ങി:

"മുല്ലപ്പെരിയാർ ഡാം തകരുമോ! സാർ?"

"അനുഷയുടെ അപ്പ തിരിച്ചുവരുമോ?"

"അനുഷയുടെ കൈപിടിച്ച് അവളുടെ അമ്മ-
കാട്ടിലേക്ക് നടന്നത് അപ്പയെ കാണാനല്ലേ?"

"അതോ മരണത്തിലേക്കോ?"

അവരുടെ ചോദ്യങ്ങൾ അവസാനിക്കുന്നില്ല. സ്വയം മുറുക്കിവച്ച ഒരു സ്പ്രിങ്ങുപോലെ ക്ലാസ്മുറി.

ഇടുക്കിയിലെ വള്ളക്കടവ് എന്ന ചെറിയ കവലയിൽനിന്നും തുടങ്ങുകയാണ് നോവൽ. പെരിയാറിന്റെ തീരത്ത് ഗ്രാമത്തിന്റെ നിഷ്കളങ്കത അനുഭവിച്ചു കഴിയുന്ന കുടുംബങ്ങൾ. ഉമിക്കരി കൊണ്ട് പല്ലുതേച്ച് പശുക്കളെ വളർത്തി സ്നേഹം പങ്കുവയ്ക്കുന്നവരുടെ ഗ്രാമം. മലയാള സാഹിത്യം മാറ്റിവച്ച ഒഴുക്കുള്ള ഭാഷയെ എടുത്തണിയുന്ന ഹൃദയം കവരുന്ന ആഖ്യാനം.

തേനെടുക്കാൻ കാട്ടിൽപോയ അപ്പ തിരിച്ചുവരാത്ത കാരണത്താൽ തകർന്നുപോയ അമ്മയ്ക്ക് സ്കൂളിൽനിന്നും കിട്ടുന്ന ഉച്ചക്കഞ്ഞി ദിവസവും പകുത്തു കൊടുക്കുന്ന മകളാണ് അനുഷ. രാഘവേട്ടന്റെ വീട്ടിൽനിന്നും മുത്തുരാമണ്ണന്റെ ചായക്കടയിലേക്ക് പാലുകൊണ്ടുകൊടുക്കുന്ന അനുഷയാണ് ഈ നോവലിലെ പ്രധാന കഥാപാത്രം.

ഗ്രാമത്തിന്റെ ഒഴുക്കുകളെ വിഴുങ്ങുന്ന മൗനമായി നിലകൊള്ളുകയാണ് മുല്ലപ്പെരിയാർ ഡാം. പത്രങ്ങളിലൂടെയും ചാനലുകളിലൂടെയും ഇടയ്ക്കെത്തുന്ന വാർത്തകൾ കേൾക്കുമ്പോൾ ഈ ഗ്രാമീണർ ഭയപ്പാടോടെ ഡാമിനെ നോക്കും. മാർക്കോസ് സാർ ഉൾപ്പെടെയുള്ളവർ പന്തൽകെട്ടി നടത്തുന്ന സമരങ്ങൾ എങ്ങുമെത്തുന്നില്ല. "ഡാം പൊളിഞ്ഞുപോകരുതേ" എന്ന് പ്രാർഥിക്കുക മാത്രമാണ് ഏക പോംവഴി. നൂറ്റിപ്പതിമൂന്നു വർഷം പഴക്കമുള്ള അപ്പൂപ്പൻഡാമിനെ കുറിച്ച് കൂടുതലറിയുന്തോറും വേവലാതിപ്പെടുന്നവരാണ് അവിടെയുള്ളത്. സങ്കടങ്ങൾ പകർത്താനെത്തുന്ന മാധ്യമങ്ങൾക്കോ കേന്ദ്രസംഘങ്ങൾക്കോ ഒന്നും ചെയ്യാൻ കഴിയാത്ത അവസ്ഥയിലേക്ക് കാര്യങ്ങൾ എത്തിക്കഴിഞ്ഞു.

മനസുകൾ ചോരുകയാണ്.

പാറുവമ്മ പറഞ്ഞതിങ്ങനെ:

"രാത്രി കെടക്കാൻ നേരത്ത് ഉള്ളീന്നൊരു കാന്തലുവരും. ഒരു വെപ്രാളം. ഡാമങ്ങ് ഇടിഞ്ഞുപോയാലോന്ന് പേടി."

സിദ്ദീഖ് അവതരിപ്പിക്കുന്നത് ഒരു ഗ്രാമത്തിന്റെ പേടി മാത്രമല്ല. കേരളത്തിന്റെ പേടിയാണ്. മുല്ലപ്പെരിയാറിന്റെ ജലരാഷ്ട്രീയമാണ്. മുല്ലപ്പെരിയാർ ഒഴുക്കിക്കൊണ്ടുപോകുന്നത് കേരളത്തിന്റെ തലയും കാലുമായിരിക്കും എന്ന വസ്തുതയാണ്. "കാടില്ലാതായാൽ അപ്പ തിരികെ വരില്ല" എന്ന് മനസുമരിച്ച ഒരമ്മ കിടക്കയിൽ ഞരങ്ങിപ്പറയുന്നത് നമുക്ക് കേട്ടിരിക്കാം.

ഡാം ഇടിഞ്ഞുവീഴുമെന്ന അഭിപ്രായംകേട്ട് തളർന്നുവീഴുകയാണ് കുട്ടികൾ. മഴപ്പേടിയും ജലപ്പേടിയുമുള്ളവർ. അക്ഷരം പെറുക്കിവയ്ക്കുമ്പോഴും ഈ സ്കൂൾ നാളെയുണ്ടാകുമോ എന്ന് ഭീതിയോടെ പറയുന്നവർ. പച്ചനിറഞ്ഞ താഴ്‌വരകൾ അപ്രത്യക്ഷമാകുന്നതിനെക്കുറിച്ച് ആർക്കാണു ചിന്തിക്കാൻ കഴിയുക. കഥാകാരന്റെ ഭാഷയ്ക്കുള്ളിൽ മഴകുടിച്ചു തടിക്കുന്ന കാടും ഭയപ്പാടിന്റെ ആഴമുള്ള ജലഭൂമികൾ ഓളം വെട്ടുന്ന ചിരിയും ഭയാകനക്കുന്ന മനസും ജീവനുവേണ്ടി പിടയ്ക്കുന്ന ഞാവൽചെടിയും മഴപെയ്തു തണുത്തു കിടക്കുന്ന കാടുപോലെയുള്ള മനസുമുണ്ട്. നിറയെ പുലികളുള്ള കാട് ഭയപ്പെടുത്താത്ത ഗ്രാമീണരെ ഒരു 'ഡാം' വേട്ടയാടുകയാണ്. അവർക്ക് ഒരിക്കലും നല്ല സ്വപ്നങ്ങൾ കാണാൻ കഴിയുന്നില്ല. സ്വപ്നങ്ങളിൽ ഡാം തകരുന്ന ഒച്ച. ഉറക്കമില്ലാതായ മനുഷ്യജീവിതത്തിന്റെ ചോർച്ചകളെ ആവിഷ്കരിക്കുകയാണ് സിദ്ദീഖ്; സാഹിത്യരചനയെ ഒരു സർഗാത്മക സമരമാക്കി മാറ്റുകയാണ്. മുല്ലപ്പെരിയാർ പ്രശ്നത്തെ പ്രമേയമാക്കുമ്പോഴും നോവലിന്റെ ഉള്ളടക്കത്തെ മികച്ച വായനാനുഭവമാക്കി നിലനിർത്തുകയാണ്.

മനുഷ്യജീവികളില്ലാതെ ഒച്ചയടഞ്ഞ സ്കൂളും അനക്കമില്ലാത്ത ഗ്രാമവുമായി വള്ളക്കടവ് ക്രമേണ മാറുന്നു. "ഈ നോവ

ലിലെ കഥാപാത്രങ്ങൾക്ക് മരിച്ചവരോടോ ജീവിച്ചിരുന്നവരോടോ എന്തെങ്കിലും സാമ്യം തോന്നുന്നുവെങ്കിൽ, ക്ഷമിക്കുക അത് സാങ്കൽപ്പികം മാത്രമാണ്" എന്ന് പറഞ്ഞൊഴിയാൻ ശ്രമിക്കാത്ത ജീവിതമാണ് കഥാകാരൻ വരച്ചിടുന്നത്. ഇവരിപ്പോഴും ജീവിച്ചിരിക്കുന്നവർ. മരിച്ചുപോകാതിരിക്കാൻ എന്തുചെയ്യണം പെട്ടെന്ന് എന്ന ചോദ്യത്തിൽ കുരുങ്ങി ഒരു നോവൽകൂടി വായനയ്ക്കു ലഭിക്കുന്നു.

മരുന്നില്ലാത്ത രോഗമാണ് ഒരു ഡാം ജനങ്ങൾക്കു നൽകുന്നത്.

"ചർച്ചകൾ ചുടുചർച്ചകൾ
വിദ്യാദേവിതൻ കോവിലിലലർച്ചകൾ
തമ്മിലെപ്പൊഴും ചർച്ചകൾ
ഉദ്ധരിക്കുന്നു കമ്യുവെ കാഫ്കയെ
ഉദ്ധരിപ്പിതാർ പാവമീ നാടിനെ" എന്ന് കവി വൈലോപ്പിള്ളി ഓർമിപ്പിച്ചുകൊണ്ടിരിക്കുന്നു.

ഓരോ മനസിനെയും തകരാൻ വെമ്പൽകൊള്ളുന്ന ഒരു ഡാമാക്കി നിലനിർത്തുക, സംഭ്രമവും ഒറ്റപ്പെടലും സൃഷ്ടിക്കുക എന്നീ തന്ത്രങ്ങൾ സ്വീകരിക്കുകവഴി വായനയെ സർഗാത്മക സമരമാക്കി മാറ്റുകയാണ് സിദ്ദീഖ്.

മറ്റാരുമില്ലാത്ത വള്ളക്കടവിൽ പൂട്ടിക്കിടക്കുന്ന വീടുകളും നിലവിളിച്ചാൽ കേൾക്കാത്ത ഏകാന്തതയുമാണുള്ളത്. എങ്ങോട്ടാണ് പോകേണ്ടതെന്നറിയാത്ത ഒരമ്മയും മകളും. ഉടമസ്ഥരില്ലാത്ത രണ്ടുപേരെ ഏറ്റെടുക്കാൻ ആരാണ് തയാറാവുക! തയാറായില്ലെങ്കിൽ ഇവർക്ക് എന്താണ് സംഭവിക്കുക.... സൂക്ഷ്മമായ ചോദ്യങ്ങൾ എറിഞ്ഞ് ചിരിക്കുകയാണ് സിദ്ദീഖ്. മറ്റ് മാർഗങ്ങളില്ലാതെ അടഞ്ഞുപോകുന്നു അനുഷയുടെയും അമ്മയുടെയും ജീവിതം.

"ദേ അപ്പ വിളിക്കുന്നു."

കാട്ടിലേക്കുള്ള അപ്പയുടെ അപ്രതീക്ഷിത വിളിയിലേക്ക് അവർ നടന്നു പോകുമ്പോൾ വായനക്കാരന്റെ നിലച്ചുപോയ ഹൃദയത്തിലെ വാച്ച് 'ടിക്' എന്ന് ശബ്ദമുണ്ടാക്കി വീണ്ടും ഓടിത്തുടങ്ങുന്നു.

മൗനം കുടിച്ച് മരിച്ചു മരവിച്ച 'വള്ളക്കടവ് ഗ്രാമം' ഇങ്ങനെ അപേക്ഷിക്കുന്നതുപോലെ എനിക്ക് തോന്നി:

"എന്റെ അപ്പ എപ്പ വരും കണ്ണേ!"

1

കാട്ടിൽപ്പോയ അപ്പ

വള്ളക്കടവ് ചെറിയൊരു കവലയാണ്.

രണ്ടുമൂന്ന് പെട്ടിക്കടകളും ഒരു ചെറിയ സ്റ്റേഷനറിക്കടയും മുത്തുരാമണ്ണന്റെ ചായക്കടയും ചേർന്നതാണ് കവലയുടെ ആകെയുള്ള പ്രൗഢി. വണ്ടിപ്പെരിയാറ്റിൽനിന്നോ കുമളിയിൽ നിന്നോ വരുന്ന പ്രൈവറ്റ് ബസുകളാണ് കവലയിലെത്തുന്ന വലിയ വണ്ടികൾ.

കവലയുടെ ഓരത്തൂടെയാണ് പെരിയാറിന്റെ ഒഴുക്ക്. സൂക്ഷിച്ചുനോക്കിയാൽ കാണാം, നിറയെ മൗനം കുടിച്ച് അവൾ കിടന്നുറങ്ങുന്നത്. അത് ഡാമിന്റെ മൗനമാണ്. വയസനായ മുല്ലപ്പെരിയാർ ഡാമിന്റെ ചുവട്ടിൽനിന്നാണ് വള്ളക്കടവിലേക്ക് അവൾ ഒഴുകിവരുന്നത്.

കവലയിൽ നിന്നാൽ ഡാം കാണാനാവില്ലെങ്കിലും കുത്തി യൊഴുകാൻ വെമ്പൽപൂണ്ടു കിടക്കുന്ന പെരിയാറിനെ കാണാം.

ആ കാഴ്ച കാണുമ്പോഴെല്ലാം ദൂരെനിന്ന് ഒരു മഴവരു മ്പോലെ തോന്നും അനുഷയ്ക്ക്. കവലയിൽനിന്ന് കുറച്ചു മാറി യാണവളുടെ വീട്. വീട്ടിൽ നിന്നാലും പെരിയാറിനെ കാണാം. പക്ഷേ, കവലയിൽനിന്നു കാണുമ്പോലെ പാവമല്ല അപ്പോളവൾ. ഒരു കൊടും വളവു തിരിഞ്ഞുവരുന്ന പെരുമ്പാമ്പിനെപ്പോലെ

തോന്നും. വലിയ മരക്കൂട്ടങ്ങൾ വിരിച്ചിട്ട തണലുപറ്റിയുള്ള ഒഴുകിവരവ്.

ഇതൊക്കെയാണെങ്കിലും അനുഷയ്ക്ക് പെരിയാറിനെ ഇഷ്ടമാണ്. എത്രയോ പേർക്ക് വെള്ളം കൊടുക്കുന്ന പുഴയാണ്.

പക്ഷേ, പേടിയുമുണ്ട്. പെരിയാറിനെയല്ല. പെരിയാറിനെ തടഞ്ഞുകെട്ടിയിരിക്കുന്ന ഡാമിനെ. എപ്പോൾ വേണമെങ്കിലും ഇടിഞ്ഞുപോകാവുന്ന പഴക്കമുണ്ടതിന്.

"അനുഷക്കുട്ടി എങ്ങോട്ടാ, ഈ വെയിലുംകൊണ്ട്?"

ഉച്ചഭക്ഷണത്തിനുള്ള ഇടവേളയിൽ സ്കൂളിൽനിന്നു വീട്ടിലേക്കു വരികയായിരുന്നു അനുഷ. എതിരെ വരികയായിരുന്നു ലിസിചേച്ചി. മാർക്കോസ് സാറിന്റെ മോള്.

"അമ്മേക്കാണാനാ. കഞ്ഞി കൊടുക്കണം."

അവളുടെ പാത്രത്തിൽ സ്കൂളിൽനിന്നു കിട്ടിയ ഉച്ചക്കഞ്ഞിയുണ്ടായിരുന്നു. വട്ടയിലയിൽ പയറുപുഴുങ്ങിയതും. വീട്ടിൽ കൊണ്ടുചെന്ന് അമ്മയും അവളുംകൂടി പകുത്തുകഴിക്കും. ലിസിചേച്ചിയോടു മറുപടി പറഞ്ഞ് അവൾ വീട്ടിലേക്കു നടന്നു.

വീട്ടിൽ എപ്പോഴും അമ്മ ഒരേയിരിപ്പാണ്. ആരോടും ഒന്നും മിണ്ടില്ല. അപ്പയെക്കാണാതായതിൽ പിന്നെയാണ് അമ്മയിങ്ങനെ. നാട്ടുകാരൊക്കെപ്പറയുന്നത് അമ്മയ്ക്കു ഭ്രാന്താണെന്നാണ്. അനുഷയ്ക്ക് അതിൽ വിശ്വാസമില്ല. കവലയിൽ ഇടയ്ക്കിടെ വരാറുള്ള ഒരു ഭ്രാന്തനെ അവൾക്കറിയാം. ഏതു നേരവും അയാൾ എന്തെങ്കിലും പുലമ്പിക്കൊണ്ടേയിരിക്കും. അഴുക്കുപിടിച്ച മുണ്ടും ഉടുപ്പുമാണ് അയാൾക്ക്. അതുപോലെയല്ല അമ്മ. വല്ലപ്പോഴും മാത്രം എന്തെങ്കിലുമൊന്നു മിണ്ടും. ദിവസവും കുളിച്ചു കുറിയിട്ടു വൃത്തിയാവും. പടിക്കൽനിന്ന് വഴിയിലേക്കോ അടുക്കളപ്പുറത്തിരുന്ന് അപ്പുറത്തെ കാട്ടിലേക്കോ നോക്കി ഒരേയിരിപ്പിരിക്കും.

"അപ്പ വരും കണ്ണേ. കാട്ടീന്ന് തേനുംകൊണ്ട് അപ്പ നാളെ വരും. നാളെ കാലത്ത് വരും."

അനുഷയോട് അതുപറയുമ്പോൾ അമ്മയുടെ നോട്ടം കാട്ടിലേക്കായിരിക്കും. പിന്നെ ആ ദിവസം അമ്മ ഒന്നും പറയില്ല.

അമ്മ പറഞ്ഞുപറഞ്ഞ് അനുഷയും അങ്ങനെ തന്നെ വിശ്വസിക്കുന്നു.

അപ്പ വരാതിരിക്കില്ല.

അനുഷയുടെ ഓർമയിൽ അപ്പയുടെ മങ്ങിയ ഒരു മുഖം മാത്രമാണ് ഇപ്പോഴുള്ളത്. തേയിലത്തോട്ടത്തിൽ പണികഴിഞ്ഞു വരുന്ന അപ്പയുടെ മുഖം. അപ്പയുടെ വിളിയാണ് കണ്ണേ എന്ന്.

മനസുനിറഞ്ഞു വിളിക്കും. ശർക്കര മിഠായിപോലെ രസമുള്ള വിളി.

അപ്പയെ കാണാതായിട്ട് ഒത്തിരി നാളായി. തേയിലപ്പണിയില്ലാത്ത ദിവസങ്ങളിൽ അപ്പയും കൂട്ടുകാരും കാട്ടിൽ തേനെടുക്കാൻ പോകുമായിരുന്നു. ഒരിക്കൽ അങ്ങനെ പോയിട്ട് കൂട്ടുകാർ മാത്രം തിരിച്ചുവന്നു. അപ്പ വരാത്തതെന്തെന്ന് അവരാരും അവളോടു പറഞ്ഞില്ല. അമ്മയോടു പറഞ്ഞു.

അന്നുമുതലാണ് അമ്മ ഇങ്ങനെയായത്. അപ്പ വരാത്തതെന്താ അമ്മേന്ന് അന്നു ചോദിച്ചപ്പോൾ പറഞ്ഞ മറുപടിതന്നെ ഇപ്പോഴും അമ്മ പറഞ്ഞുകൊണ്ടിരിക്കുന്നു.

പാവം അമ്മ.

അപ്പയും കൂട്ടുകാരും തേനെടുക്കാൻപോയ കാടിനും ഒരു മാറ്റവുമില്ല. അമ്മയെപ്പോലെതന്നെ. അവിടെ പുലിയും കാട്ടുപോത്തും കുറുനരികളും പലജാതി പാമ്പുകളും ആനകളുമുണ്ട്. അമ്മ പറയുന്ന കണക്കിന് കാട്ടിലെവിടെയോ അപ്പയുമുണ്ട്. ഡാം ഇടിഞ്ഞുപോയാൽ ആ കാടും നശിച്ചുപോകും.

കാടില്ലാതായാൽ അപ്പ വരുമെന്ന പ്രതീക്ഷയും ഇല്ലാതാവും. അതു ചിന്തിക്കാനേ വയ്യ.

ഡാം ഇടിഞ്ഞു പോകാതിരിക്കട്ടെ.

എന്നെങ്കിലും അപ്പ തിരികെ വരാതിരിക്കില്ല.

2

വീടിനു പുറകിൽ ഒരു ഞാവൽമരം

നേരം പരപരാ വെളുത്തുവരുന്നതേയുള്ളൂ. നിറയെ മഞ്ഞുമൂടിക്കിടക്കുന്നു.

അനുഷ കണ്ണുതുറന്നു. അമ്മ ഉണർന്നിട്ടില്ല. കമ്പിളിക്ക കത്തു ചുരുണ്ടുകിടക്കുന്നു. തള്ളപ്പൂച്ചയുടെ ചൂടുപറ്റി പതുങ്ങി ക്കിടന്നുറങ്ങുന്ന കുഞ്ഞൻപൂച്ചയുടെ ഭാവം.

അവൾ അമ്മയ്ക്കൊരു മുത്തം കൊടുത്തു.

എന്നിട്ടും അമ്മയുണർന്നില്ല. ഒന്നു തിരിഞ്ഞുകിടന്നു. അത്ര മാത്രം.

ഉറങ്ങട്ടെ. അമ്മ ഉറങ്ങട്ടെ. ഉണർന്നിട്ടിപ്പോൾ എന്തു ചെയ്യാ നാണ്?

പക്ഷേ അനുഷയ്ക്കങ്ങനെയല്ല. ഇപ്പോൾ എണീറ്റാലേ രാഘവേട്ടന്റെ വീട്ടിൽനിന്ന് മുത്തുരാമണ്ണന്റെ ചായക്കടയിലേക്ക് പാല് കൊണ്ടുകൊടുക്കാൻ പറ്റൂ.

പാലെത്തുന്നതും കാത്ത് ഇപ്പോൾത്തന്നെ കടയിൽ കുറച്ചു പേർ കാത്തിരിക്കുന്നുണ്ടാവും. രാവിലെ തേയിലത്തോട്ടത്തിൽ പണിക്കു കയറേണ്ടവർ.

അവളെണീറ്റ് ചായ്പിലേക്കു നടന്നു. തൂക്കുകിണ്ണത്തിൽ നിന്ന് ഇത്തിരി ഉമിക്കരിയെടുത്തു പുറത്തേക്കിറങ്ങി. കലത്തിൽ നിന്നും വെള്ളം കോരി കൊപ്ലിച്ചു.

വിസ്തരിച്ചു പല്ലുതേക്കാൻ നേരമില്ല.

പല്ലുതേപ്പു കഴിഞ്ഞതും അവൾ രാഘവേട്ടന്റെ വീട്ടിലേക്കോടി.

“ദാ എത്തിയല്ലോ പാൽക്കാരി.”

രമേടത്തി മുത്തുരാമണ്ണന്റെ കടയിലേക്കുള്ള പാൽ പകർന്നു വയ്ക്കുകയായിരുന്നു. രമേടത്തി രാഘവേട്ടന്റെ ഭാര്യയാണ്. അവർക്ക് അനുഷയെ വലിയ ഇഷ്ടമായിരുന്നു.

രാഘവേട്ടൻ തൊഴുത്തിലായിരുന്നു. പശുക്കളെ കറന്നു തീർന്നിട്ടില്ല. ധാരാളം പേർക്ക് പാൽ കൊടുക്കാനുള്ളതുകൊണ്ട് നാലു പശുക്കളെയാണ് രാഘവേട്ടൻ വളർത്തുന്നത്.

“പാൽക്കാശ് ഉച്ചയ്ക്ക് എടുത്തുവെക്കാൻ മുത്തുരാമനോടു പറയണേ മോളേ.”

തൊഴുത്തിലിരുന്നുകൊണ്ട് രാഘവേട്ടൻ വിളിച്ചു പറഞ്ഞു.

അവൾ വേഗത്തിൽ മുത്തുരാമണ്ണന്റെ കടയിലേക്കു നടന്നു. വന്നിട്ട് കുറേ വീടുകളിലേക്കുകൂടി പാലുകൊണ്ടുകൊടുക്കണം. അതുകഴിയുമ്പോൾ രമേടത്തി ഉഗ്രനൊരു ചായയിട്ടുകൊടുക്കും. അതു കുടിച്ചുകൊണ്ടിരിക്കുമ്പോൾ അവൾക്കും അമ്മയ്ക്കുമുള്ള രാവിലത്തെ ഭക്ഷണം ഒരു പാത്രത്തിലടച്ചുവെക്കും. അതുമെടുത്ത് വീട്ടിലേക്ക് ഒറ്റ ഓട്ടമാണ്.

വീടെത്തിയാലും അമ്മ ഉണർന്നിട്ടുണ്ടാവില്ല.

അവൾ അമ്മയെ വിളിച്ചുണർത്തും.

അവൾക്കു പിന്നെ സ്കൂളിലേക്കു പോകാനുള്ള ഒരുക്കമാണ്.

പാലുമായി വരുന്ന അനുഷയെ ദൂരെനിന്നു കണ്ടപ്പോഴേ മുത്തുരാമണ്ണൻ തിടുക്കം കാണിച്ചുതുടങ്ങി. തണുപ്പത്തു ബീഡി പുകച്ചിരിക്കുന്ന പണിക്കാരും അങ്ങനെതന്നെ.

“വേഗം വാ മോളേ, നേരം പോവുന്നു.”

“നീയെന്തിനാടാ മുത്തുരാമോ തിടുക്കം കാണിക്കണത്. ആ പാവം പെങ്കൊച്ചിനാണോ വേഗം കൊറവ്. നീ ചെന്നു രാഘവനോട് വേഗത്തീക്കറക്കാൻ പറ.”

ഓമനപ്പാട്ടി മുത്തുരാമണ്ണനെ സ്നേഹത്തോടെ ശകാരിച്ചു.

"അതേയ്, പാട്ടീ മുത്തുരാമണ്ണൻ പാൽക്കാശു വേഗത്തീ ക്കൊടുത്താ രാഘവേട്ടന്റെ കറവയും വേഗത്തിലാവും."

രാധാകൃഷ്ണന്റെ തമാശ കേട്ട് കട മുഴുവൻ കുലുങ്ങി ച്ചിരിച്ചു. അനുഷയും ചിരിച്ചു.

"മോക്കൊരു ചായ തരട്ടേ അണ്ണൻ."

പാൽപ്പാത്രം തിരികെ കൊടുക്കുമ്പോൾ മുത്തുരാമൻ അനു ഷയോടു ചോദിച്ചു.

"വേണ്ട. പാൽക്കാശ് ഉച്ചയ്ക്കെടുത്തുവയ്ക്കണമെന്ന് രാഘ വേട്ടൻ പറഞ്ഞു."

അതും പറഞ്ഞു വെളുക്കനെയൊന്നു ചിരിച്ച്, പാൽപ്പാത്രവു മെടുത്ത് അവൾ തിരിച്ചു നടന്നു. അവൾ നടന്നുപോകുമ്പോൾ പിന്നിൽ നിന്ന് വളരെ ദൂരം കേൾക്കാമായിരുന്നു കടയിലെ ഒച്ച യും ബഹളവും. പാത്രങ്ങളുടെ, ഗ്ലാസുകളുടെ, തമാശകളുടെ, പൊട്ടിച്ചിരികളുടെ ഒച്ചയും ബഹളവും.

കടയിൽ പാലുംകൊടുത്തു തിരികെയുള്ള അനുഷയുടെ നടത്തത്തിന് അത്ര വേഗതയുണ്ടാവില്ല. കാഴ്ചകളും കണ്ട് കാണുന്നവരോടൊക്കെ ചിരിച്ചും കുശലം പറഞ്ഞും അവൾ നടന്നുപോകും.

അങ്ങനെ പതുക്കെ നടന്നുപോകുന്നതാണ് അവൾക്കിഷ്ടം. ഒത്തിരി കാര്യങ്ങളാലോചിച്ച്, ഒരുപാടു കാഴ്ചകൾ കണ്ടുള്ള യാത്ര. മിക്കപ്പോഴും അവൾക്കു പേരറിയാത്തതും അറിയാവു ന്നതുമായ ധാരാളം പക്ഷികളെ അവൾ കണ്ടുമുട്ടുന്നതും അവയുടെയെല്ലാം ശബ്ദങ്ങൾ അനുകരിക്കാൻ ശ്രമിക്കുന്നതും ആ യാത്രയിലായിരിക്കും.

രാഘവേട്ടന്റെ വീടെത്തുന്നതിനു കുറച്ചുമുമ്പാണ് കുമരേ ശന്റെ വീട്. കുമരേശൻ അവളെക്കാൾ ഒരു ക്ലാസ് മുന്നിലാണ് പഠിക്കുന്നത്.

അന്നു കുമരേശന്റെ വീടെത്തിയപ്പോൾ അതിനുമുന്നിൽ വേരോടെ പറിച്ചെറിഞ്ഞ ഒരു ചെടികിടക്കുന്നതുകണ്ടു. അവൾ കയ്യാലയ്ക്കുമേലേകൂടി വീട്ടുമുറ്റത്തേക്കു നോക്കി. കുമരേശന്റെ അപ്പ അവിടെല്ലാം ചെത്തി വെടിപ്പാക്കുന്നു.

പ്പോൾത്തന്നെ, ഞാവൽ നടേണ്ട സ്ഥലം അവൾ മനസിലുറപ്പി ച്ചിരുന്നു.

വീടിനു പുറകിൽ അടുക്കളവരാന്തയുടെ ഓരത്ത് അധികം വെള്ളം വീഴാത്ത ഒരിടത്ത്.

[illegible] വളരെ തിടുക്കത്തിൽ അവൾ പാലു കൊടുത്തുവന്നു. ചായകുടിച്ച്, ഭക്ഷണപ്പാത്രവുമായി വീടെത്തി. ഒരു കൈയിൽ ചെടി ഒതുക്കിപ്പിടിച്ചിട്ടുണ്ടായിരുന്നു.

അമ്മ ഉണർന്നിട്ടില്ല.

പാത്രം അടുക്കളയിൽവെച്ചിട്ട് പുറത്തിറങ്ങി.

ചെടി നടാൻ കരുതിവെച്ചിടത്ത് ഒരു കുഴിയെടുത്തു. കുഴി കുറച്ചു വെള്ളം തളിച്ചു നനച്ചു.

നേരിയ നനവുപിടിച്ച ആ മണ്ണിലേക്ക് വേരുകൾ താഴ്ത്തി മണ്ണിട്ടു. എന്തുകൊണ്ടോ അന്നേരം അവളുടെ മനസിൽ അപ്പ യുടെ മുഖം തെളിഞ്ഞു.

അപ്പോഴും അവരുടെയൊക്കെ മുകളിൽ അവർക്കു കാണാ നാവാത്ത ദൂരത്ത് വയസൻ ഡാം ചരിഞ്ഞു കിടന്നുറങ്ങുകയാ യിരുന്നു.

3

ജീവനുവേണ്ടി ഒരു സമരം

വള്ളക്കടവു കവലയിൽ സമരങ്ങളൊന്നും അങ്ങനെ നടക്കാറില്ല. ഏതെങ്കിലും രാഷ്ട്രീയപ്പാർട്ടികളുടെ ചെറിയ പൊതുയോഗങ്ങളോ വല്ല വിശേഷദിവസങ്ങളിലും തട്ടിക്കൂട്ടുന്ന കൊച്ചുകൊച്ചാഘോഷങ്ങളോ അല്ലാതെ അവിടെയുള്ള മിക്കവരും സമരങ്ങളിലൊന്നും പങ്കെടുത്തു പരിചയമുള്ളവരല്ല.

അനുഷ സ്കൂൾവിട്ടു വരുമ്പോഴാണ് അവളാ സമരപ്പന്തൽ കണ്ടത്. ഉച്ചയ്ക്കു വരുമ്പോൾ അതു കെട്ടിത്തുടങ്ങിയിട്ടേ ഉണ്ടായിരുന്നുള്ളൂ.

പന്തലിന്റെ മുകളിൽ ഒരു വലിയ ബോർഡ്.

അവളതു വായിച്ചു:

'പുതിയ ഡാം കെട്ടുക.'

'ഞങ്ങളുടെ ജീവൻ രക്ഷിക്കുക.'

പന്തലിലും പന്തലിനു ചുറ്റുമായും ധാരാളംപേർ കൂടിനിൽപ്പുണ്ട്. അവരിലൊരാളായി അനുഷയും കുറച്ചുനേരം അവിടെ നിന്നു. അവളെക്കൂടാതെ പിന്നെയും കുറച്ചു കുട്ടികൾ അവിടെല്ലാം ചുറ്റിപ്പറ്റി നിൽക്കുന്നുണ്ടായിരുന്നു.

സമരപ്പന്തലിനുള്ളിലേക്ക് അവൾ നോക്കി.

അതിനുള്ളിൽ നാലഞ്ചു കസേരകളിട്ടിട്ടുണ്ട്. അതിലിരിക്കുന്നവരിൽ മാർക്കോസ് സാറിനെ മാത്രമേ അവൾക്കറിയൂ. ബാക്കിയുള്ളവർ ഇവിടെയുള്ളവരല്ല.

ആൾക്കൂട്ടത്തിനിടയിൽ നിൽക്കുന്ന അനുഷയെ മാർക്കോസ് സാർ കണ്ടു. സ്നേഹത്തോടെ ചിരിച്ചു.

മാർക്കോസ് സാർ നല്ല മനുഷ്യനാണ്. വള്ളക്കടവുകാരുടെ ഏതാവശ്യത്തിനും സാർ മുന്നിലുണ്ട്. സ്കൂൾ അധ്യാപകനായിരുന്നു. ഇപ്പോൾ കവലയിൽ ചെറിയൊരു മുറുക്കാൻകട നടത്തുന്നു. പേരിന് നടത്തുന്നു എന്നേയുള്ളൂ. മിക്ക സമയവും അടഞ്ഞാവും അതിന്റെ കിടപ്പ്.

മാർക്കോസ് സാറിന്റെ ഓഫീസെന്നാണ് ചിലരതിനെ പറയുക.

അനുഷയെ സാറിനു വല്യകാര്യമാണ്. സാറിന്റെ മോള് ലിസിചേച്ചിക്കും അങ്ങനെതന്നെ. കടയിൽനിന്ന് വല്ലപ്പോഴുമൊക്കെ സാറവൾക്ക് ചക്കരമിഠായി കൊടുക്കും. മാർക്കോസ് സാറിനെപ്പോലെ സ്നേഹമുള്ള മിഠായികൾ. കൊതിയുണ്ടെങ്കിലും മടിച്ചുമടിച്ചാണ് അവളതു വാങ്ങുക. തന്റെ കൈയിൽ മിഠായിക്കു കൊടുക്കാൻ പൈസയില്ലല്ലോ എന്ന സങ്കടമാണവൾക്ക്.

സാറിനതറിയാം.

"അനുഷക്കുട്ടി പഠിച്ചു വലിയ ടീച്ചറാവുമ്പൊ മിഠായീടെ പൈസ തന്നാമതി."

താൻ പഠിച്ചു വലിയ ടീച്ചറമ്മയാവുന്നതിന്റെ രസമോർത്ത് അവൾ ചിരിക്കും. മിഠായിയും വാങ്ങും.

സമരപ്പന്തലിന്റെ മുകളിൽ കെട്ടിവെച്ചിരുന്ന ചെറിയ മൈക്ക് ശബ്ദിച്ചു തുടങ്ങി. യോഗം ആരംഭിച്ചു.

വൈകുന്നേരം രാഘവേട്ടന്റെ വീട്ടിലെത്തണം. കുറച്ചു വീടുകളിൽ പാലു കൊടുക്കേണ്ടതാണ്. പക്ഷേ, സമയമായി വരുന്നതേയുള്ളൂ. കുറച്ചുനേരം പ്രസംഗം കേൾക്കാമെന്ന് അവൾ കരുതി. അപ്പോൾത്തന്നെ കുട്ടികളിൽ മിക്കവരും പോയിക്കഴിഞ്ഞിരുന്നു.

അധ്യക്ഷൻ കുറച്ചു സംസാരിച്ചു. അതിനുശേഷം മാർക്കോസ് സാറിനെ സംസാരിക്കാൻ ക്ഷണിച്ചു.

അവൾ ശ്രദ്ധയോടെ നിന്നു.

മാർക്കോസ് സാർ പ്രസംഗം ആരംഭിച്ചു.

“ബഹുമാനപ്പെട്ട അധ്യക്ഷൻ, മറ്റു വിശിഷ്ട വ്യക്തികൾ, സ്നേഹം നിറഞ്ഞ നാട്ടുകാരേ, നിങ്ങൾക്കെല്ലാം എന്റെ നമസ്കാരം.

ഈ ചെറിയ സമരം വരാനിരിക്കുന്ന ഒരു വലിയ സമരത്തിന്റെ മുന്നോടിയാണ്. ജീവനും സ്വത്തിനും വേണ്ടിയുള്ള സമരമാണിത്. ഈ സമരം ആർക്കുമെതിരെയുള്ള പോരാട്ടമല്ല. നമുക്കു നിലനിൽക്കാനുള്ള അവകാശത്തിനുവേണ്ടിയുള്ള പോരാട്ടമാണ്. നമ്മുടെ സ്വസ്ഥതയും സമാധാനവും നേടിയെടുക്കാനുള്ള പോരാട്ടം.

പുതിയ ഡാം കെട്ടുക, ഞങ്ങളുടെ ജീവൻ രക്ഷിക്കുക എന്നതാണ് നമ്മളുയർത്തുന്ന മുദ്രാവാക്യം. ചിലർ പറയുന്നത് പഴയ ഡാമിന്റെ അറ്റകുറ്റപ്പണികൾ തീർത്താൽ അപകടം ഒഴിഞ്ഞുപോകുമെന്നാണ്. എത്ര പുതുക്കിപ്പണിതാലും തീരാത്ത അപകടാവസ്ഥയിലാണ് ഇപ്പോഴത്തെ ഡാമെന്നതാണ് ദുരന്ത സത്യം. നമ്മുടെ കുഞ്ഞുകുട്ടികൾക്കുപോലും അറിയാവുന്ന സത്യമാണിത്. അതിനെ മറന്നുകൊണ്ടാണ് ചിലർ അറ്റകുറ്റപ്പണിയെപ്പറ്റി പറയുന്നത്. വാസ്തവത്തിൽ പുതിയൊരു ഡാം പണിയുകയല്ലാതെ ഈ പ്രശ്നത്തിനൊരു പരിഹാരം കണ്ടെത്തുക സാധ്യമല്ല. ഒരു ഡാം പൂർണമായി പണിചെയ്ത് കമീഷൻ ചെയ്തെടുക്കാൻ പത്തുപതിനഞ്ചു വർഷം വേണ്ടിവരുമെന്നോർക്കുമ്പോഴാണ് ഇതിന്റെ ശരിക്കുള്ള ഗൗരവം നമ്മെ ഭയപ്പെടുത്തുന്നത്. അതുവരെ ഇപ്പോഴുള്ള ഡാം പൊളിഞ്ഞു പോകരുതേയെന്ന് മനമുരുകി പ്രാർഥിക്കുകയല്ലാതെ മറ്റൊരു മാർഗവും നമുക്കുമുന്നിലില്ല. അതിനുപോലും നമ്മൾ കടപ്പെട്ടിരിക്കുന്നത് ഇപ്പോഴത്തെ ഡാമിനോടാണ്. ഒന്നുമില്ലെങ്കിലും കാലാവധികഴിഞ്ഞ് ഇത്രയും കാലമായിട്ടും ഇടിയാതെ നമ്മളെ സംരക്ഷിച്ചു പോന്നതിന്.

1895 ൽ കമീഷൻ ചെയ്യപ്പെട്ട ഒരു ഡാമാണിത്. നൂറ്റിപ്പതിമൂന്നുവർഷം പഴക്കമുള്ള ഒരു അപ്പൂപ്പൻ ഡാം. അത്രയും വർഷം മുമ്പത്തെ ഡാം നിർമാണത്തിന്റെ സാങ്കേതികവിദ്യ

എങ്ങനെയുണ്ടാകുമെന്ന് നിങ്ങളൊന്ന് ആലോചിച്ചു നോക്കൂ. കരിങ്കൽക്കഷണങ്ങളും ചുണ്ണാമ്പുസുർക്കിയും ചേർത്ത് നിർമിച്ച ഡാം കമീഷൻ ചെയ്യുമ്പോൾ അന്നതിനു പറഞ്ഞ ആയുർദൈർഘ്യം വെറും അമ്പതുവർഷമാണ്. നിർമാതാക്കൾ ഉറപ്പു തന്ന അൻപതുവർഷം പിന്നിട്ടിട്ട് അറുപത്തിയാറു വർഷമായി എന്നോർക്കണം. ഡാം ഇടിഞ്ഞുപോയാൽ ഇനിയാർക്കും അതിന്റെ നിർമാതാക്കളെ കുറ്റപ്പെടുത്താനാവില്ല എന്നർഥം.

മാർക്കോസ് സാറിന്റെ പ്രസംഗം പിന്നെയും തുടർന്നു. അതുവരെ അറിയാതിരുന്ന ചില കാര്യങ്ങൾകൂടി അറിഞ്ഞതിന്റെ വേവലാതിയോടെ അനുഷ വീട്ടിലേക്കു നടന്നു.

പാലുകൊണ്ടുകൊടുക്കാൻ നേരമായി.

അവൾ വേഗത്തിൽ നടന്നു.

നടക്കുമ്പോൾ അവളുടെ മനസിൽ പുതിയൊരു ജീവനെക്കുറിച്ചുള്ള ചിന്തകൂടി ഉണ്ടായിരുന്നു.

രാവിലെ നട്ട ഞാവൽച്ചെടി.

അതിനു വെള്ളമൊഴിക്കണം.

4

പുലിയും മനുഷ്യരും

രാവിലെ രാഘവേട്ടന്റെ വീടിനടുത്ത് ചെറിയൊരാൾക്കൂട്ടം. അനുഷ ചെന്നുനോക്കുമ്പോൾ പാലുകറന്നിട്ടില്ല. രാഘവേട്ടനും രമേടത്തിയും അവിടെയില്ല.

അവൾ ആൾക്കൂട്ടത്തിനടുത്തേക്ക് ചെന്നു.

രാഘവേട്ടൻ അവിടെയുണ്ട്; രമേടത്തിയും.

അവിടത്തെ കാഴ്ചകണ്ട് അവളുടെ ഉള്ളുകിടുങ്ങി. പശുക്കിടാങ്ങളിലൊന്ന് അവിടെ ചത്തുകിടക്കുന്നു. അതിന്റെ ശരീരം മുഴുവൻ കടിച്ചുപറിച്ചിരിക്കുന്നു.

അതുകണ്ട് ആകെ തളർന്നുനിൽക്കുകയാണ് രാഘവേട്ടൻ. രാഘവേട്ടനെപ്പോലെ അവൾക്കുമുണ്ടായി വിഷമം. എങ്ങനെ വിഷമിക്കാതിരിക്കും? നല്ല ഓമനത്തമുള്ള കിടാവായിരുന്നു. പെറ്റിട്ടിട്ട് അധിക നാളായിട്ടില്ല. അതിന്റെ കിടപ്പുകണ്ടാൽത്തന്നെ കഷ്ടംതോന്നും. ഒന്നു നിലവിളിക്കാൻപോലും കഴിഞ്ഞിരിക്കില്ല.

"ക്ടാവിന്റെ നെല കണ്ടിട്ട് പുലി കൊന്നതാണെന്ന് തോന്നുന്നു."

ആരോ ഇടയ്ക്കുനിന്ന് അഭിപ്രായം പറഞ്ഞു.

"അങ്ങനെയാണെങ്കിൽ അതു പോയിട്ടൊണ്ടാവില്ല. ഇവിടെവിടെങ്കിലും തന്നെ കാണും."

അതു കേട്ടപ്പോൾ എല്ലാവരുടെ മുഖത്തും ഭയം നിഴലിച്ചു.

ഇതുവരെ അങ്ങനെയൊരു ഭയം കാര്യമായി ഉണ്ടായിരുന്നില്ല. നിറയെ പുലികളുള്ള കാടിന്റെ ഓരത്തു കഴിയുന്നവരാണെങ്കിലും കാടും അതിന്റെ മക്കളും അവരെ ഭയപ്പെടുത്തിയിരുന്നില്ല.

ക്ടാവിനെ പുലി കടിച്ചുകൊന്നുവെന്ന വാദത്തെ ചിലർ എതിർത്തു.

"പുലിയാവണമെന്നില്ല. വല്ല നരിയോ പട്ടിയോ കൂട്ടം ചേർന്നാവാനും മതി."

ഇതൊക്കെ കേട്ടുകൊണ്ട് രാഘവേട്ടൻ അങ്ങനെ നിന്നു. അന്നത്തെ പാൽക്കാര്യം അവതാളത്തിലുമായി.

"ഇതുവരെ ഡാമിനെക്കുറിച്ചുള്ള പേടി മാത്രമേ ഉണ്ടായിരുന്നുള്ളൂ. ഇപ്പോ ഇങ്ങനെ ചെലതും."

രാധാകൃഷ്ണൻ ആരോടെന്നില്ലാതെ പറഞ്ഞു.

"എന്തായാലും കേന്ദ്രസംഘം നാളെ അന്വേഷണത്തിന് വരുന്നൊണ്ടല്ലോ. എം എൽ എ വിളിച്ചിരുന്നു — അവരോട് പരാതിപറയാം."

മാർക്കോസ് സാർ രാഘവേട്ടനെ ആശ്വസിപ്പിച്ചു.

"കേന്ദ്രസംഘം വരുന്നത് ഡാം പരിശോധനയ്ക്കല്ലേ. നമ്മുടെ ക്ടാവ് ചത്തതിൽ അവർക്കെന്തിനാ ദെണ്ണം. അവരിതൊന്നും കേൾക്കാൻപോലും നിൽക്കില്ല."

മാർക്കോസ് സാറിന്റെ നിർദേശത്തോട് വിയോജിച്ചുകൊണ്ട് രാധാകൃഷ്ണൻ പറഞ്ഞു.

"ഒറ്റയടിക്കങ്ങനെയൊന്നും അഭിപ്രായപ്പെടല്ലേ രാധാകൃഷ്ണാ. അത്ര ശുഭാപ്തി വിശ്വാസമില്ലാഞ്ഞിട്ടാണോ ഇത്രയൊക്കെയായിട്ടും നമ്മളീ പഴഞ്ചൻ ഡാമിന്റെ മൂട്ടീത്തന്നെ കെടക്കണത്?"

മാർക്കോസ് സാർ രാഘവേട്ടനെയും വിളിച്ചുകൊണ്ട് വീട്ടിലേക്കു നടന്നു. പുറകെ രമേടത്തിയും അനുഷയും.

"എന്തൊക്കെയായാലും ഇതൊരു ചീത്തക്കാലത്തിന്റെ ലക്ഷണമാണ്."

ഓമനപ്പാട്ടി ആകാശത്തേക്ക് കണ്ണുയർത്തി മുറുമുറുത്തു.

....

പാലു കൊണ്ടുകൊടുക്കാൻ മുത്തു രാമണ്ണന്റെ കടയിൽ ചെന്നതാണ്. അവിടെ നിറയെ പത്രക്കാരും ടെലിവിഷൻകാരും. പുറത്തുനിറയെ അവരുടെ വണ്ടികളാണ്.

ആ തിരക്കിനിടയിൽ മുത്തുരാമണ്ണൻ അനുഷയെ ശ്രദ്ധിച്ചതേയില്ല. അവളാണെങ്കിൽ കൗതുകത്തോടെ ഓരോന്നു നോക്കി നിന്നു.

പത്രക്കാരുടെ ക്യാമറകളും ചേഷ്ടകളും.

തുരുതുരെ അവർ ചിലത് സംസാരിക്കുന്നുണ്ട്.

ഡാം പരിശോധനയ്ക്ക് കേന്ദ്രസംഘം വരുന്നതിന്റെ വാർത്തകൾക്കാണ് അവരെത്തിയതെന്ന് അനുഷയ്ക്ക് മനസിലായി.

മുത്തുരാമണ്ണൻ കുറെ ചായയുണ്ടാക്കി അവർക്കെല്ലാം കൊടുത്തു. അതിനിടെ ഒന്നുരണ്ടുപേർ പുറത്തേക്ക് നടന്ന് പടങ്ങളെടുക്കാൻ തുടങ്ങി.

മുരുകണ്ണന്റെ വീടിന്റെ പുറകുവശത്തേക്ക് അവർ പോയി. അനുഷയും അവരോടൊപ്പം പോയി.

മുരുകണ്ണന്റെ വീടിന്റെ ഒരു ഭാഗം നിൽക്കുന്നത് വെള്ളത്തിലാണ്. മരക്കാലുകളിൽ ഉയർത്തിക്കെട്ടിയിരിക്കുന്നു. ആടിൻതൊഴുത്ത് അതിന്റെയൊരു ഭാഗത്തുവരും.

അവർ മുരുകണ്ണനോട് ചിലത് ചോദിച്ചു. ചിത്രങ്ങളെടുത്തു. പുഴയിലൂടെ വെള്ളം കുത്തിയൊഴുകി വന്നാൽ വീട് വെള്ളത്തിലാവുന്ന ദുരന്തചിത്രം മുരുകണ്ണൻ വിവരിച്ചു. കൂട്ടത്തിൽ മുരുകണ്ണന്റെ പടങ്ങളുമെടുത്തു. മുരുകണ്ണൻ ഷർട്ടിടാതെ നിൽക്കുന്ന പടം.

അവൾ തിരികെ കടയിലേക്ക് നടന്നു.

അവിടെയാണെങ്കിൽ ടി വിക്കാരിലൊരാൾ വർഗീസ് സാറിനെ ഇന്റർവ്യൂ ചെയ്യുന്നു.

“എത്രകാലമായി ഇവിടെയെത്തിയിട്ട്?”

“ഓർമവെച്ച കാലം മുതലുണ്ട്. അപ്പൻ കുടിയേറ്റക്കാരനായിരുന്നു. ഇന്നിവിടെയുള്ള ഭൂരിഭാഗംപേരും അന്നിവിടെയില്ല. അവരെല്ലാം പിന്നീട് പിന്നീട് വന്നവരാണ്.”

“അന്നൊന്നും ഡാമിന്റെ പ്രശ്നം ശ്രദ്ധിച്ചിരുന്നില്ലേ?”

"ശ്രദ്ധിച്ചിരുന്നില്ലെന്ന് പറയാനാവില്ല. പക്ഷേ ഇത്രയും ഗൗരവത്തോടെ ശ്രദ്ധിച്ചിരുന്നില്ല." ഇടക്കാലത്ത് ചെറിയ ചില അറ്റകുറ്റപ്പണികൾ ചെയ്തിരുന്നെങ്കിലും പിന്നീട് പിന്നീടുണ്ടായ ചോർച്ചകളും മറ്റുമാണ് പ്രശ്നത്തെ ഇത്രയും കാര്യമായി ശ്രദ്ധിക്കാൻ നിമിത്തമാക്കിയത്."

നേരം പോകുന്നു.

അവൾ പാത്രവുമെടുത്ത് വേഗം നടന്നു.

വീടെത്തുമ്പോൾ അമ്മ ഉണർന്നിട്ടുണ്ട്.

നിർത്താതെയുള്ള ചുമ കേട്ടപ്പോൾ മനസിലായി അമ്മ നേരത്തെയുണർന്നതിന്റെ കാരണം.

അവൾ അമ്മയുടെ അടുത്തുചെന്നു.

കമ്പിളി പുതച്ചുകിടപ്പാണ്.

നെറ്റിയിൽ കൈവച്ചുനോക്കി. പനിക്കുന്നുണ്ട്. തലേന്ന് പനിയുടെ ഒരു ലക്ഷണവുമുണ്ടായിരുന്നില്ല.

"അമ്മ കിടന്നോ. എണീക്കണ്ട. ഞാനിച്ചിരി ചുക്കു കാപ്പിയിട്ടുതരാം."

അമ്മ മറുപടിയൊന്നും പറഞ്ഞില്ല. കണ്ണടച്ചുകിടന്നു.

അവൾ നേരെ രാഘവേട്ടന്റെ വീട്ടിലേക്ക് നടന്നു. രമേടത്തിയോട് കാര്യം പറഞ്ഞു.

"മോളിവിടെ നിക്ക്. കാപ്പി ചേട്ടത്തിയിട്ടുതരാം."

അവർ മുറ്റത്തിറങ്ങി കുറച്ച് തുളസിയില നുള്ളിക്കൊണ്ടുവന്നു. അനുഷ വരാന്തയിൽ കാത്തിരുന്നു.

അമ്മയെ ഓർത്ത് അവൾക്കു സങ്കടം വന്നു.

അപ്പയുണ്ടായിരുന്നെങ്കിൽ ആശുപത്രിയിൽ കൊണ്ടുപോയേനെ. അമ്മയുടെ പനി ഇതോടെ കുറഞ്ഞെങ്കിൽ മതിയായിരുന്നു.

ചുക്കുകാപ്പിയുമായി വീട്ടിലെത്തുമ്പോൾ അമ്മ വാതിൽപ്പടിയിലിരിക്കുകയായിരുന്നു.

കാപ്പി ചൂടോടെ കുടിപ്പിച്ചു. കമ്പിളി മൂടിക്കിടത്തി. ചെറിയൊരു തുണി വെള്ളത്തിൽ മുക്കി നെറ്റിയിലൊട്ടിച്ചു. ടീച്ചർ പറഞ്ഞുകൊടുത്ത സൂത്രമാണ്.

അന്നു സ്കൂളിലെത്തിയപ്പോൾ വൈകി.

പക്ഷേ, സ്കൂളിന് അന്ന് അവധികൊടുത്തിരുന്നു. കേന്ദ്ര സംഘത്തോട് പരാതികൾ പറയുമ്പോൾ നാട്ടുകാർ മുഴുവൻ വേണമത്രേ.

അവൾ സ്കൂളിൽനിന്നു വീട്ടിലേക്കോടി. രാവിലത്തെ ഭക്ഷണം അവളും അമ്മയും കഴിച്ചിരുന്നില്ല.

5

ഡാമിലേക്കൊരു യാത്ര

നേരം ഉച്ചയോടടുത്തപ്പോഴാണ് കേന്ദ്രസംഘം എത്തിച്ചേർന്നത്. മന്ത്രിയും കളക്ടറുമൊക്കെ അവരോടൊപ്പം ഉണ്ടായിരുന്നു.

വന്നിറങ്ങിയപ്പോൾത്തന്നെ പത്രക്കാർ അവരെ വളഞ്ഞു പിടിച്ചു. പക്ഷേ പത്രക്കാരുടെ ചോദ്യങ്ങൾക്കൊന്നും ആരും ഉത്തരം പറഞ്ഞില്ല.

വള്ളക്കടവിലെയും സമീപപ്രദേശങ്ങളിലെയും ഏതാണ്ട് എല്ലാവരുംതന്നെ കവലയിലെത്തിയിരുന്നു. കേന്ദ്രസംഘത്തിന്റെ വരവ് അവർക്കെല്ലാം വലിയ ശുഭപ്രതീക്ഷകൾ നൽകിയിരുന്നു.

കുറേനേരം അമ്മയുടെ അടുത്തിരുന്നിട്ടാണ് അനുഷ കവലയിലെത്തിയത്. അമ്മയുടെ പനി കുറഞ്ഞിരുന്നു.

രമേടത്തിയുടെ ചുക്കുകാപ്പിയുടെ ശക്തി.

നാട്ടുകാരുടെ പരിഭവങ്ങളും പരാതികളും കേൾക്കാൻ വേണ്ടിയാവും ആദ്യത്തെ ഒരുമണിക്കൂറെന്ന് അറിയിപ്പുണ്ടായി.

പലതരത്തിലുള്ള പരാതികളുണ്ടായിരുന്നു നാട്ടുകാർക്ക്. അക്കൂട്ടത്തിൽ രാഘവേട്ടനുണ്ടോ എന്ന് അനുഷ നോക്കി. ഇല്ല. രാഘവേട്ടന് പരാതിയൊന്നുമുണ്ടാവില്ല. തന്റെ ക്ടാവിനെ ഏതോ ജീവി കടിച്ചുകൊന്നതിലുള്ള പരാതി ആരോടു പറഞ്ഞിട്ടും വലിയ കാര്യമില്ലെന്നാവും രാഘവേട്ടന്റെ വിചാരം.

പരാതിക്കാരെ ഓരോരുത്തരെയായി സംഘം വിസ്തരിച്ചു. പരാതികളെല്ലാം കളക്ടർ ഇംഗ്ലീഷിലാക്കി സംഘത്തെ കേൾപ്പിച്ചു. അവരിലൊരാൾ അതൊക്കെ കുറിപ്പെഴുതിയെടുക്കുന്നുണ്ടായിരുന്നു.

ഇവരിതെല്ലാം എഴുതിയെടുത്തുകൊണ്ട് ആരോടു ചെന്ന് പറയാനാവും? അനുഷ ആലോചിച്ചു. പരാതിക്കാരുടെ കൂട്ടത്തിൽ പാറുവമ്മച്ചിയും ചെന്നുനിന്നു. ഉച്ചയ്ക്ക് സ്കൂളിൽ കഞ്ഞികുടിക്കാൻ വരാറുള്ള പാറുവമ്മച്ചി. അവർ ഡാമിനെക്കുറിച്ച് പറയാൻ പോകുന്നതെന്താവുമെന്ന് അനുഷയ്ക്ക് നന്നായറിയാം. എത്ര തവണ അവരത് പറഞ്ഞിട്ടുള്ളതാണ്.

“ഒന്നും പറയണ്ട. ഈ ഡാമു കാരണം എന്തെല്ലാം വിഷമങ്ങളാ അനുഭവിച്ചിട്ടുള്ളത്. ചെലപ്പോ രാത്രി കെടക്കാൻ നേരത്ത് ഉള്ളീന്നൊരു കാന്തലു വരും. ഒരു വെപ്രാളം. ഡാമങ്ങ് ഇടിഞ്ഞുപോയാലോന്ന് പേടി. പണ്ടൊരിക്കെ രാത്രീല് ആളുകളൊക്കെക്കൂടി ഡാമിടിയാമ്പോണെന്ന വാർത്തകേട്ട് പേടിച്ച് പരക്കം പാഞ്ഞ ഓർമയൊണ്ട്. നമ്മടെ വർഗീസ് സാറിന്റെ അമ്മായിയൊക്കെ ഉള്ള കാലത്ത്. ഹൊ! അതൊരു കാളരാത്രിയായിരുന്നു. എട്ക്കാൻ പറ്റ്ണതൊക്കെ എട്ത്തോണ്ട് ഓരോ മലേടെ മണ്ടേലാ ഞങ്ങളൊക്കെ കേറിയിരുന്നത്. അങ്ങനെ രണ്ട് ദെവസം. ഇപ്പഴുമൊണ്ട് അതിന്റെയൊരു പേടിയും വെറയലും......”

പാറുവമ്മച്ചിയുടെ പറച്ചിൽ നീണ്ടുനീണ്ടുപോയപ്പോൾ ഓഫീസർമാരിലൊരാൾ സ്നേഹത്തോടെ വിലക്കി. എന്നിട്ടും അവർ നിർത്താൻ തയാറല്ലായിരുന്നു. ഒടുവിൽ പുറകിൽനിന്ന ജമാലിക്ക പറഞ്ഞപ്പോഴാണ് അമ്മച്ചി വായടച്ചത്.

ജമാലിക്കയുടെ മകന്റെ കല്യാണം മുടങ്ങിപ്പോയത് ഡാം നിമിത്തമാണെന്ന് കേട്ടിട്ടുണ്ട്. ദൂരെയുള്ള പെൺവീട്ടുകാർ കല്യാണമുറപ്പിച്ചുകഴിഞ്ഞിട്ടാണ് ഡാമിനെക്കുറിച്ചുള്ള കാര്യമറിഞ്ഞത്.

“അവരുടെ മോളെ കൊലയ്ക്കുകൊടുക്കാൻ വയ്യെന്ന് പറഞ്ഞ് കല്യാണം മൊടങ്ങി. ഇത് എന്റെ മോന്റെ മാത്രം കാര്യമല്ല. വള്ളക്കടവിലെ ഒരുപാടു കുടുംബങ്ങളിൽ ഇങ്ങനെ പ്രശ്നങ്ങളുണ്ടായിട്ടുണ്ട്.”

ജമാലിക്കയുടെ പരിഭവം ഉദ്യോഗസ്ഥരിൽപ്പോലും അമ്പരപ്പുണ്ടാക്കി.

കുറച്ചുനേരം പരാതി കേട്ടുനിന്ന അനുഷയ്ക്ക് അവളുടെ ഉള്ളിൽ ഭയം കനക്കുന്നത് അറിയാൻ കഴിഞ്ഞു. എല്ലാവരുടെ മുഖത്തും ഭയം തെളിഞ്ഞു കാണാം. കേന്ദ്ര സംഘത്തിൽ ഒരാൾ ഇടയ്ക്കിടെ പുറകിലേക്ക് നോക്കുന്നുണ്ടായിരുന്നു. അയാൾ നോക്കുന്നിടത്ത് ഉള്ളിലെവിടെയോ ആണ് ഡാമെന്നത് അനുഷയ്ക്കും അറിയാമായിരുന്നു.

പക്ഷേ, ഒരിക്കൽപ്പോലും ഡാം അവൾ കണ്ടിട്ടില്ല. അതൊന്നു കാണണമെന്ന വലിയ ആഗ്രഹം അവൾക്കുണ്ട്.

വള്ളക്കടവിനെ മറച്ചുകിടക്കുന്ന കാടുകൾക്കും കുന്നുകൾക്കും അപ്പുറത്താണത്.

അനുഷയുടെ കൂട്ടുകാരി ജോസി അത് കണ്ടിട്ടുണ്ട്. അവളും അപ്പനും അമ്മയുംകൂടി തേക്കടിയിൽപ്പോയപ്പോൾ അവിടത്തെ ബോട്ടുയാത്രയിലാണ് അവളത് കണ്ടത്. കുറേദൂരം പോയി ബോട്ട് തിരിയുന്നേടത്തെത്തിയപ്പോൾ കണ്ട ഡാമാണ് മുല്ലപ്പെരിയാറെന്ന് അപ്പൻ കാണിച്ചുകൊടുത്തത്രെ. ജോസി മാത്രമല്ല പിന്നെയും കുറച്ചുകൂട്ടുകാർ ഡാം കണ്ടിട്ടുണ്ട്.

“സ്കൂളിനപ്പുറത്തെ കുന്നുമ്പൊറത്ത് നിന്നാലും കാണാം.”

രമേശനാണ് അങ്ങനെയൊരു രഹസ്യം പറഞ്ഞുകൊടുത്തത്. ഒരു ദിവസം അനുഷയും ഒന്നുരണ്ട് കൂട്ടുകാരുംകൂടി കുന്നുമ്പൊറത്തു ചെന്നു. എത്ര നോക്കിയിട്ടും ഒന്നും കണ്ടില്ല. കുറേ മഞ്ഞുമാത്രം കണ്ടു.

“എടീ അനുഷേ, ആ രമേശൻ നമ്മളെ പറ്റിച്ചതാടി. അവിടൊരു ഡാമും ഇല്ല.”

സുനന്ദ ദേഷ്യം സഹിക്കാനാവാതെ പറഞ്ഞു.

“എന്താ മക്കളെ ഈ കുന്നുമ്പൊറത്ത്?”

അവരുടെ പുറകിൽ ഓമനപ്പാട്ടി.

അനുഷ നിരാശയോടെ കാര്യം പറഞ്ഞു. സങ്കടവും തോന്നി. ആശയോടെ വന്നതായിരുന്നു. ദൂരെ നിന്നാണെങ്കിലും ഡാമൊന്ന് കാണാൻ കഴിയൂല്ലോന്ന് കരുതിയതായിരുന്നു.

ദൂരെയൊരു മല ചൂണ്ടി പാട്ടി പറഞ്ഞു.

"ദാ അവിടെയായിവരും ഡാം. ആ മഞ്ഞിന്റെ അപ്പൊറത്ത്."

കുട്ടികൾ തുറിച്ചുനോക്കി. ഒന്നും കാണാനൊത്തില്ല. നിറയെ മഞ്ഞ്, മഞ്ഞും മലയും മാത്രം.

"വാ, പിന്നെയെപ്പഴെങ്കിലും വരാം."

അവർ തിരികെ നടന്നു.

പരാതികളെല്ലാം കേട്ടുകഴിഞ്ഞ് കേന്ദ്രസംഘം ഡാം പരിശോധനയ്ക്കുപോയി. കുറേപ്പേർക്ക് പുറകെ പോകണമെന്നുണ്ടായിരുന്നെങ്കിലും പൊലീസുകാർ തടഞ്ഞു.

മാർക്കോസ് സാറിനും പിന്നെ രണ്ടുമൂന്ന് പേർക്കും മാത്രമേ അവരോടൊത്തുപോകാൻ കഴിഞ്ഞുള്ളൂ.

ബാക്കിയുള്ളവർ പരിശോധനയുടെ വാർത്തകളെന്തെങ്കിലുമറിയാൻ നെഞ്ചിടിപ്പോടെ കവലയിൽ ചുറ്റിപ്പറ്റി നിന്നു.

6

തളർന്നു വീണ കുട്ടി

സ്കൂളിൽ കുട്ടികളുടെ സംസാരവിഷയം ഡാം തന്നെ. പലരും പേടിച്ചുവിറച്ച് ഓരോന്നു പറയുന്നു. കുറച്ചുപേർ എത്തിയിട്ടുമില്ല.

സ്കൂളിലെത്തിയതുമുതൽ അനുഷയ്ക്ക് എന്തൊക്കെയോ പന്തികേടുകൾ തോന്നി. ടീച്ചർമാരുപോലും കാര്യമായൊന്നും സംസാരിക്കുന്നില്ല. കേന്ദ്രസംഘം ഡാം പരിശോധനയ്ക്ക് പോയതിൽപ്പിന്നത്തെ ഒരു കാര്യവും അറിയാനും വഴിയില്ല. അവളാകെ പകച്ചുനിന്നു.

"ആകെ പ്രശ്നമാ. ഉടനെത്തന്നെ ഡാം ഇടിയാൻ സാധ്യതയുണ്ടെന്നാണ് സംഘത്തിന്റെ അഭിപ്രായം."

രമേശൻ വല്യ ആളുകളുടെ മട്ടിൽ പറഞ്ഞു. ചില കുട്ടികൾ അതുകേട്ടുകൊണ്ട് ചുറ്റിലുംനിന്നു.

"രമേശാ, നീയെങ്ങനാ ഇതൊക്കെയറിഞ്ഞത്?"

അനുഷ ഞെട്ടലോടെ അന്വേഷിച്ചു.

"അറിയാനെന്താ പ്രയാസം. ഇന്നലെ രാത്രീല് ടിവീലൊണ്ടായിരുന്നതല്ലേ!"

രമേശന്റെ വീട്ടിൽ വലിയ ടി വി യുള്ള കാര്യം അപ്പോഴാണ് അവളോർത്തത്. തന്റെ വീട്ടിൽ ടി വി യില്ല. ഉണ്ടായിരുന്നെങ്കിൽ താനും ഇതുപോലെ കാര്യങ്ങളറിഞ്ഞേനെ.

"മറ്റെന്തൊക്കെയറിഞ്ഞു?"

കുട്ടികൾ ചോദിച്ചു.

"അവർ പറഞ്ഞതുപലതും എനിക്ക് മനസിലായില്ല. എന്തായാലും വാർത്ത കേട്ടുകഴിഞ്ഞപ്പോൾ അച്ഛൻ ഇവിടം വിട്ടുപോകുന്ന കാര്യം പറഞ്ഞു."

"ഇവിടം വിട്ട് നിങ്ങൾ എങ്ങോട്ടുപോകും?"

"തൃശ്ശൂര് വലിയമ്മേടെ വീടുണ്ട്. ചിലപ്പോ അങ്ങോട്ടാവും."

സംഘാംഗങ്ങൾ ഡാം പരിശോധിച്ചതിന്റെ ചില വിവരണങ്ങൾകൂടി രമേശൻ പറഞ്ഞു. ഡാം ഇതിനുമുമ്പേ പൊളിഞ്ഞുപോകാത്തത് നാട്ടുകാരുടെ ഭാഗ്യംകൊണ്ടാണെന്നുപോലും അവർ പറഞ്ഞത്രേ.

അനുഷ ഒരു ബഞ്ചിലേക്ക് തളർച്ചയോടെ ഇരുന്നു. എടുത്താൽ പൊങ്ങാത്ത ഒരു ഭാരം താൻ ചുമക്കുകയാണെന്ന് അവൾക്ക് തോന്നിപ്പോയി. കുട്ടികൾ പതിവിലും നിശ്ശബ്ദരായിരുന്നു. പതിവായി സ്കൂൾ വരാന്തയിൽ വന്നിരിക്കാറുള്ള പ്രാവുകൾപോലും അധികം ശബ്ദമുണ്ടാക്കാതെ പറന്നിറങ്ങുകയും ഭക്ഷണം കൊത്തുകയും ചെയ്തു.

നാണിചേച്ചി ഉച്ചക്കഞ്ഞിക്കുള്ള അരിയും പയറും കഴുകിത്തുടങ്ങിയിരുന്നു.

അനുഷയുടെ അടുത്ത് സുനന്ദ വന്നിരുന്നു. അവളാകെ വിയർത്തിരുന്നു. അവളുടെ കൈയും കാലും വിറയ്ക്കുന്നുണ്ടായിരുന്നു. അവൾ അനുഷയെ മുറുകെപ്പിടിച്ചു.

"എന്താ സുനന്ദേ, നീയെന്തിനാ വിറയ്ക്കണത്?"

അനുഷ ചോദിച്ചു.

സുനന്ദ ഒന്നും മിണ്ടിയില്ല. അനുഷയുടെ മുഖത്തേക്കുതന്നെ നോക്കിയിരുന്നു.

"നിനക്കെന്താ സുഖമില്ലേ?"

സുനന്ദയുടെ മട്ടും ഭാവവുംകണ്ട് അവളാകെ പേടിച്ചുപോയി.

വിറച്ചുവിറച്ച് സുനന്ദ അവളുടെ തോളിലേക്ക് ചാഞ്ഞു. ചാഞ്ഞുകിടന്ന് അവളുടെ ചെവിയിൽ പറഞ്ഞു.

"അനുഷേ എനിക്ക് പേടിയാകുന്നു. പതിനൊന്നു മണിക്ക്

ഡാം ഇടിഞ്ഞുപോകുമെന്ന് ടി വി യിൽ പറഞ്ഞെന്ന് രമേശൻ എന്നോട് രഹസ്യമായിപ്പറഞ്ഞു. അതു കേട്ടപ്പം മുതൽ എന്റെ ദേഹമെല്ലാം വെറയ്ക്കുന്നു. ആരോടും പറയരുതെന്നാ അവൻ പറഞ്ഞത്."

അനുഷ ബഞ്ചിൽനിന്ന് ചാടിയെണീറ്റു. എന്ത് ചെയ്യണമെന്ന് അവൾക്കറിയില്ലായിരുന്നു. ടി വി യിൽപ്പറഞ്ഞിട്ടുണ്ടെങ്കിൽ അത് സത്യമായിരിക്കും.

അപ്പോഴേക്കും സുനന്ദ നിലത്തുവീണിരുന്നു. അവളുടെ ബോധം നശിച്ചിരുന്നു.

അനുഷ പേടിച്ചുനിലവിളിച്ചു.

കുട്ടികൾ ഓടിക്കൂടി. പുറകെ സദാശിവൻ മാഷും സുമിത്ര ടീച്ചറും വന്നു.

സുനന്ദ കിടന്ന് പിടച്ചുകൊണ്ടിരുന്നു.

“എന്താ, എന്താ പ്രശ്നം?”

ഓടി വന്ന ടീച്ചറും വല്ലാതെ പേടിച്ചിരുന്നു. സുനന്ദയുടെ ബോധക്കേടും അനുഷയുടെ നിലവിളിയും കുട്ടികളുടെ ഭീതിയെ ഇരട്ടിപ്പിച്ചിരുന്നു.

സുനന്ദയുടെ കൈയിലേക്ക് സദാശിവൻസാർ ഒരു താക്കോൽ പിടിപ്പിച്ചു. സാവധാനം, അവളുടെ പിടച്ചിൽനിന്നു. വായിലൂടെ നുരയും പതയും വന്നു.

“ഇതിനുമുമ്പ് എപ്പോഴെങ്കിലും സുനന്ദയ്ക്ക് ഇങ്ങനെ വന്നിട്ടുള്ളതായി അറിയാമോ?”

ടീച്ചറുടെ ചോദ്യത്തിന് ആരും മറുപടി പറഞ്ഞില്ല. ഇങ്ങനെയൊരസുഖം സുനന്ദയ്ക്ക് ഇതിന് മുമ്പ് വന്നിട്ടുള്ളതായി കുട്ടികൾക്കറിയില്ല. അനുഷയ്ക്കും അറിയില്ല.

“ടീച്ചറേ.....”

അനുഷ സുമിത്രടീച്ചറെ ചേർന്നുനിന്നു വിളിച്ചു. അവളുടെ നിൽപ്പും നോട്ടവും കണ്ടപ്പോൾത്തന്നെ അവൾക്ക് തന്നോടെന്തോ പറയാനുണ്ടെന്ന് ടീച്ചർക്ക് മനസിലായി.

“എന്താ മോളെ, സുനന്ദയ്ക്ക് എന്താ പറ്റിയത്?”

“രമേശൻ പറഞ്ഞത് കേട്ടിട്ടാ സുനന്ദയ്ക്ക് ഇങ്ങനെ വന്നത്.”

“രമേശൻ എന്തു പറഞ്ഞു?”

“പതിനൊന്ന് മണിക്ക് ഡാം ഇടിഞ്ഞുപോവുമെന്ന് പറഞ്ഞു.”

ടീച്ചറുടെ മുഖമൊന്നയഞ്ഞു. അവർ അനുഷയെ നെറുകയിൽത്തടവി ആശ്വസിപ്പിച്ചു.

"അതൊക്കെ വെറുതെയാ മോളേ. അത്ര പെട്ടെന്നൊന്നും ഡാം ഇടിയില്ല. ഇത്രയൊക്കെ കാലം കഴിഞ്ഞിട്ടും അത് ഇടിയാതെ നിക്കണുണ്ടല്ലോ?"

ടീച്ചർ രമേശനെ അടുത്തുവിളിച്ചു. അപ്പോഴേക്കും സുനന്ദയുടെ ബോധക്കേട് വിട്ടുമാറിയിരുന്നു.

"എവിടന്നാ രമേശാ, പതിനൊന്നുമണിക്ക് ഡാം ഇടിയുമെന്ന വാർത്ത നീ കേട്ടത്."

ടീച്ചറുടെ ചോദ്യത്തിനുമുന്നിൽ രമേശൻ നിന്നുപരുങ്ങി. ടീച്ചർക്ക് മനസിലായി അവൻ ആ പറഞ്ഞത് കള്ളമാണെന്ന്.

"ഇനിയെന്തൊക്കെക്കള്ളം കുട്ടികളോട് നീ പറഞ്ഞു?"

രമേശന് മിണ്ടാട്ടമില്ല.

ടീച്ചർ സുനന്ദയുടെ അടുത്തേക്ക് രമേശനെ പിടിച്ചുനിർത്തി പറഞ്ഞു.

"സുനന്ദേ. മോളേ, ദേ ഇവൻ ചുമ്മാ പറഞ്ഞതാ പതിനൊന്ന് മണിക്ക് ഡാം ഇടിയുമെന്ന്. അവൻ പറഞ്ഞത് ശരിയാണെങ്കിൽ ഡാം എപ്പോഴേ ഇടിയേണ്ടതാ. ഇപ്പോത്തനെ മണി പന്ത്രണ്ടായില്ലേ?"

സുനന്ദ ചിരിച്ചു. രമേശനും ചിരിച്ചു. ടീച്ചറും അനുഷയും കുട്ടികളും എല്ലാം ചിരിച്ചു.

എന്നാലും ആ ചിരിയുടെയെല്ലാം ഉള്ളിന്റെയുള്ളിൽ ഭയപ്പാടിന്റെ ആഴമുള്ള ജലഭൂമികൾ ഓളംവെട്ടുന്നുണ്ടായിരുന്നു.

7

മുന്തിരിവള്ളികളുടെ നാട്

അനുഷയുടെ വീടിനുപുറകിൽ വിശാലമായ കാടാണ്. ആകാശംപോലും ഇറങ്ങിവരാൻ മടിക്കുന്ന കാട്. കാട്ടുപോത്തും കടുവയും വള്ളിപ്പുലികളും ആനകളുമുള്ള കാട്.

വലിയ മഴ പെയ്യുമ്പോഴെല്ലാം അവൾ വീടിനുപുറകിൽവന്ന് കാടിനെ നോക്കിയിരിക്കാറുണ്ട്. കാട് ഒരുപാടു ദാഹംകൊണ്ട് വെള്ളം വലിച്ചുകുടിക്കുന്നതുപോലെ തോന്നും. പെയ്യുന്ന ഈ മഴയെല്ലാം എവിടേക്കാണ് പോകുന്നത്?

ഒരുദിവസം അവൾ ആലോചിച്ചുനോക്കി. വലിയ മഴയുടെ ലക്ഷണം കാണുമ്പോഴൊക്കെ വള്ളക്കടവുകാർ ഭയപ്പെട്ടിരുന്നു. ആറ്റുനോറ്റു കാത്തുവച്ചിരുന്നതൊക്കെ അപഹരിക്കാനെത്തുന്ന ദുഷ്ടനെപ്പോലെയാണ് മഴയെ അവർ കണ്ടത്.

വാസ്തവത്തിൽ അവർ മഴയെ വെറുത്തിരുന്നില്ല. സാഹചര്യം അവരെ അതിനു പ്രേരിപ്പിച്ചിരുന്നു എന്നുമാത്രം.

മഴ കുടിച്ചു തടിക്കുന്ന കാടിന്റെ സൗന്ദര്യത്തെ നോക്കി നോക്കിയിരുന്ന് അനുഷ മഴയെ സ്നേഹിച്ചു. ഓരോ മഴ പെയ്യുമ്പോഴും അതു വീണ്ടും വീണ്ടും വലുതായി പെയ്യണേയെന്ന് അവളാഗ്രഹിച്ചു. അവളുടെ ആഗ്രഹംപോലെ എല്ലാ മഴയും കനത്തു പെയ്തുകൊണ്ടിരുന്നു. ഡാമിന്റെ ശക്തി കുറയുകയും.

ഒരുദിവസം അവളങ്ങനെ കാടിനെ നോക്കിയിരിക്കുകയായിരുന്നു. അപ്പോഴാണ് രസകരമായ ആ കാഴ്ച കണ്ടത്. കുറേ തേനീച്ചകൾ പറന്നുവരുന്നു. കാടിന്റെ അകത്തെവിടെയോനിന്നാണ് പറന്നുവരുന്നത്.

അവ പറന്നുവന്ന് പല ചിത്രങ്ങൾ വരച്ചു. ഉയർന്നു പറന്നും വട്ടം സൃഷ്ടിച്ചും മരങ്ങളെച്ചുറ്റിയും അവയുടെ താളത്തിൽ പറന്നു.

കുറച്ചുനേരം അവളാ നാടകം കണ്ടു.

തേനീച്ചകളുടെ ഉത്സവജാഥ അവിടെയെങ്ങും തേൻമണം നിറച്ചതുപോലെ അവൾക്കുതോന്നി.

നൃത്തമെല്ലാം അവസാനിപ്പിച്ച് തേനീച്ചകൾ മടങ്ങിപ്പോയ ശേഷവും അവളുടെ മനസിൽ തേനീച്ചകൾ പറക്കുന്നുണ്ടായിരുന്നു. പെട്ടെന്ന് അവളുടെ ഉള്ളിൽ ഒരു ചെറിയ ഞെട്ടലുണ്ടായി.

തേനീച്ചകളുടെ മുരൾച്ചയ്ക്ക് അപ്പയുടെ വിളിയുടെ ഛായയുണ്ടായിരുന്നുവോ?

ഉണ്ടായിരുന്നു. കണ്ണേ... കണ്ണേ... എന്ന മധുരമുള്ള വിളിയുടെ ഛായ.

അവളുടെ കണ്ണുനിറഞ്ഞു. അപ്പയെ ഒന്നുകാണാൻ അവൾക്കു കൊതിതോന്നി. അതൊരു വിങ്ങലായി നിറഞ്ഞപ്പോൾ അവൾ പൊട്ടിക്കരഞ്ഞുപോയി.

അവൾ മുട്ടിന്മേൽ തലയൊളിപ്പിച്ചിരുന്ന് പതിയെ കരഞ്ഞു.

കരച്ചിൽ അമ്മ കേൾക്കരുത്. കേട്ടാലും അമ്മയ്ക്ക് പ്രത്യേകിച്ച് ഭാവഭേദമൊന്നും ഉണ്ടാവില്ല. എങ്കിലും അമ്മ കരച്ചിൽ കേൾക്കരുത്.

അങ്ങനെ കരഞ്ഞുകരഞ്ഞിരുന്ന് അവളുറങ്ങിപ്പോയി. മഴ പെയ്തു തണുത്തുകിടന്ന കാടുപോലെയായിരുന്നു അപ്പോഴവളുടെ മനസ്. ഉറക്കം അതിനെ ഇരട്ടിച്ചു.

ഉറക്കത്തിന്റെ ഉള്ളിലിരുന്ന് അവളൊരു സ്വപ്നം കണ്ടു. നല്ല തെളിഞ്ഞ സ്വപ്നം.

സ്വപ്നത്തിൽ അവളും അപ്പയും അമ്മയും ഒരു വണ്ടിയിലിരിക്കുന്നു. വണ്ടിയിൽ നിറയെ ആളുകളുണ്ട്. വണ്ടി ഒരു മലഞ്ചെരിവിറങ്ങി താഴോട്ടു പോകുന്നു.

“എവിടേക്കാ അപ്പാ നമ്മള് പോണത്?”

“ഊര്ക്ക്. അപ്പാവുടെ ഊര്ക്ക്.”

അപ്പ മറുപടി പറഞ്ഞു. അപ്പയുടെ ഊരിലേക്കുള്ള ആദ്യയാത്രയെപ്പറ്റിയുള്ള ചെറിയ ചെറിയ ഓർമകൾകൂടി സ്വപ്നത്തിൽ കൂടിക്കലർന്നു. അനുഷയുടെ നല്ല ചെറുപ്പത്തിലായിരുന്നു ആ യാത്ര.

മലഞ്ചെരിവിറങ്ങി വണ്ടി നിരപ്പിലെത്തി. പുളിമരങ്ങളും പരുത്തിയും നിറഞ്ഞ തോട്ടങ്ങൾക്കു നടുവിലൂടെയുള്ള യാത്ര.

“അപ്പാക്ക് അവിടെ ആരാ ഒള്ളത്?”

“യാരും ഇല്ലൈ. അപ്പാക്കെ അമ്മാ അപ്പാ എല്ലാം നേരത്തേ സത്തുപോച്ച്.”

അപ്പ പുറത്തേക്ക് നോക്കിയിരുന്നു.

അപ്പയ്ക്ക് ആകെയുള്ള സ്വന്തക്കാർ അമ്മയും താനും മാത്രമാണോ? വേറെയാരുമില്ലേ. പാട്ടി, ചിറ്റമ്മ, അനുജൻ... ഒന്നും?

വണ്ടി ഓടിക്കൊണ്ടിരുന്നു.

വയലുകൾ, തോടുകൾ, വാഴത്തോട്ടങ്ങൾ, ആട്ടിൻപറ്റങ്ങൾ... അപ്പയുടെ നാടിന് വേറൊരു അഴകായിരുന്നു. ചോറ്റുപാത്രങ്ങളും മൺവെട്ടികളുമായി നടന്നുപോകുന്ന അമ്മച്ചിമാർ.

വണ്ടിയിറങ്ങി നടന്നപ്പോൾ അപ്പ കരിക്കിൻവെള്ളം വാങ്ങിത്തന്നു.

പിന്നെ, സ്വപ്നത്തിൽ നിറയെ മുന്തിരിവള്ളികളാണ്. മുന്തിരിത്തോട്ടങ്ങളുടെ പച്ചപ്പ്. തടിച്ചു കൊഴുത്ത മുന്തിരിക്കുലകൾ.

“തിന്നുങ്കോ.... തിന്നുങ്കോ..... നല്ല രുസിയിര്ക്ക്ത പളം.”

അടുത്തുനിന്ന് ഒരു അപ്പൂപ്പൻ മുന്തിരിക്കുല നീട്ടിപ്പറയുന്നു.

ഇതാണോ അപ്പയുടെ നാട്.

അപ്പയെപ്പോലെ തന്നെ.

പിന്നെപ്പിന്നെ മുന്തിരിവള്ളികളുടെ പച്ചപ്പുപോയി. ഇലകൊഴിഞ്ഞ ഒരുതോട്ടം മാത്രം അവശേഷിച്ചു. സ്വപ്നത്തിൽനിന്ന് അപ്പയും അമ്മയും മാഞ്ഞുപോയി.

അനുഷ ഞെട്ടിയുണർന്നു.

കണ്ണീരിന്റെ നനവ് മുഖത്തുനിന്ന് വിട്ടുപോയിരുന്നില്ല. അവളെണീറ്റ് മുഖം കഴുകി.

അമ്മ അകത്തെവിടെയോ ഉണ്ട്.

പുറകിൽ കാടിന്റെ നിശ്ശബ്ദമായ ചിരി. കാടിനും സ്വപ്നങ്ങളുണ്ടാവുമോ?

8

പുതിയ വാർത്തകൾ

അടക്കം പറച്ചിലുകാരുടെ എണ്ണം വള്ളക്കടവിൽ കൂടിക്കൊണ്ടിരുന്നു. പണിത്തിരക്കുകൾ പഴയപോലെ ഉണ്ടായില്ല. ഇടയ്ക്കിടെ സ്കൂൾ മുടങ്ങുന്നതും പതിവായി.

അതിനിടെ വേറൊന്നുകൂടി നടന്നു.

ഓമനപ്പാട്ടിയെ കാണാതായി.

അവർ ഓടിപ്പോയതാണെന്നു ചിലർ പറഞ്ഞു. ദൂരെയേതെങ്കിലും ബന്ധുവീട്ടിലേക്ക് ഓടിപ്പോയതാവണം.

കുറച്ചുനാളായി അവർ വല്ലാത്ത മാനസിക പ്രയാസത്തിലുമായിരുന്നു. സാമ്പത്തിക ബുദ്ധിമുട്ടുകൾ ഒരു വശത്ത്, ഡാമിനെക്കരുതിയുള്ള ജീവഭയം മറ്റൊരുവശത്ത്.

എന്തായാലും അവരുടെ തിരോധാനം രണ്ടുമൂന്നു ദിവസത്തിനകം കെട്ടടങ്ങി. ഓമനപ്പാട്ടി എന്നൊരാൾ അവിടെയുണ്ടായിരുന്നതുപോലും പലരും മറന്നുപോയി.

ഓരോരുത്തരുടെ മനസിലും സംഭവിച്ചുകൊണ്ടിരുന്ന ഇത്തരം മാറ്റങ്ങൾ അനുഷയ്ക്കും പതിയെപ്പതിയെ ബോധ്യമായിത്തുടങ്ങി. ആളുകളുടെ മുഖത്തുനിന്നും ചിരി അപ്രത്യക്ഷമായത് അങ്ങനെയൊരു മാറ്റമായിരുന്നു.

അല്ലെങ്കിൽത്തന്നെ ജീവഭയത്തിൽമുങ്ങി സദാനേരവും നടക്കുന്നവരുടെ മുഖത്ത് എങ്ങനെയാണു പുഞ്ചിരി വിടരുക!

മുത്തുരാമണ്ണന്റെ കടയിലെ രാവിലത്തെ തിരക്ക് കുറഞ്ഞു.

അതുകൊണ്ടുതന്നെ മുത്തുരാമണ്ണൻ പാലിന്റെ അളവും കുറച്ചു.

പാൽപ്പാത്രത്തിലെ ഭാരം കുറഞ്ഞതോടെയാണ് അനുഷയ്ക്കതു മനസിലായത്.

ഓരോ ദിവസം കഴിയുന്തോറും വള്ളക്കടവിന്റെ ഉത്സാഹം നശിച്ചുനശിച്ചു വന്നു. സമരപ്പന്തൽ ഒഴിഞ്ഞുകിടന്നു. ആരും അവിടേക്ക് തിരിഞ്ഞുനോക്കിയില്ല.

മാർക്കോസ് സാറിന്റെ കട മിക്കപ്പോഴും തുറക്കാതെയായി.

എല്ലാവരും ഒരേ കാര്യംതന്നെ ആവർത്തിച്ചു പറഞ്ഞു.

"ഉടൻതന്നെ ഡാം ഇടിഞ്ഞുപോകും."

വള്ളക്കടവിലെ മരങ്ങൾക്കുപോലും ആ പേടിയുണ്ടോയെന്ന് അനുഷ സംശയിച്ചു. അവളുടെ ഞാവൽച്ചെടി ഒരുവിധം പച്ചപിടിച്ചു തുടങ്ങിയിരുന്നു.

അമ്മയ്ക്കും മാറ്റങ്ങളുണ്ടായിത്തുടങ്ങിയിട്ടുണ്ട്. മറ്റു വലിയ കാര്യങ്ങൾമാത്രം ശ്രദ്ധിച്ചിരുന്നതുകൊണ്ട് അമ്മയുടെ ചെറിയ മാറ്റങ്ങൾ അനുഷയുടെ കണ്ണിൽപ്പെടാതെപോയി.

മുമ്പൊക്കെ അമ്മ താമസിച്ചാണ് ഉറക്കമുണരുക. ഇപ്പോൾ അതിരാവിലെ ഉണരും. വീടുവൃത്തിയാക്കും. കാട്ടിലേക്കുനോക്കിയുള്ള ഇരിപ്പും കുറഞ്ഞു.

"അറിഞ്ഞോ ഡാമിന്റെ ചോർച്ച കൂടി."

എവിടെനിന്നോ കിട്ടിയ വിവരം ജമാലിക്ക വേവലാതിയോടെ പറഞ്ഞുനടന്നു. പിറ്റേന്നത്തെ പത്രങ്ങളിലും വന്നു ഡാമിന്റെ ചോർച്ചയെപ്പറ്റിയുള്ള വാർത്ത.

"ചോർച്ച കഴിഞ്ഞ കൊല്ലത്തേതിന്റെ ഇരട്ടിയാണെന്നാ കേട്ടത്. ചോർന്നുചോർന്നങ്ങ് ഇടിഞ്ഞുപോവാൻ ഇനി അധിക ദിവസമൊന്നും വേണ്ട."

മാർക്കോസ് സാർപോലും പ്രതീക്ഷ നഷ്ടപ്പെട്ടവനെപ്പോലെ സംസാരിച്ചു തുടങ്ങി.

മുമ്പൊക്കെ ഡാമിന്റെ ചോർച്ച മഴക്കാലങ്ങളിൽ മാത്രമായിരുന്നു. അങ്ങനെയേ കേട്ടിരുന്നുള്ളൂ. എന്നാൽ ഇപ്പോൾ വേനലിലും ചോർന്നുതുടങ്ങിയിരിക്കുന്നു.

"തലയ്ക്കുമുകളിൽ നിൽക്കുന്ന മരണത്തിന്റെ വാളാണിത്. വിധിയെന്നല്ലാതെന്തു പറയാൻ."

മാർക്കോസ് സാർ മുമ്പ് ഇങ്ങനെയൊന്നും സംസാരിക്കുമായിരുന്നില്ല. ഏതു കാര്യത്തിലും സാറിന്റെയടുക്കൽ മറുപടിയുണ്ടാവുമെന്ന് വള്ളക്കടവുകാർ വിശ്വസിച്ചിരുന്നു. അങ്ങനെയൊരു ആത്മവിശ്വാസത്തിന്റെ ബലമാണ് മാർക്കോസ് സാറിനെ ഇത്രയുംനാൾ വള്ളക്കടവിൽ പിടിച്ചുനിർത്തിയിരുന്നത്.

ആ ദിവസങ്ങളിലൊന്നിൽ ഒരു വൈകുന്നേരം രമേശന്റെ വീടിനുമുന്നിൽ ഒരു ലോറി വന്നുനിന്നു. രമേശന്റെ അച്ഛനും മറ്റു രണ്ടുമൂന്നുപേരും ചേർന്ന് വീട്ടു സാധനങ്ങളെല്ലാം പെറുക്കി വണ്ടിയിൽ കയറ്റി.

"നിങ്ങളിതെങ്ങോട്ടാ വിജയാ?"

ജമാലിക്ക രമേശന്റെ അച്ഛനോട് ചോദിച്ചു.

"വിട്ടുപോവുവാ ജമാലിക്കാ. തൃശ്ശൂരോട്ട്."

"പോവുന്ന കാര്യം ഒന്നു പറയുകേങ്കിലും വേണ്ടായോടാ."

അതു പറയുമ്പോൾ ജമാലിക്കയ്ക്ക് സങ്കടം വരുന്നുണ്ടായിരുന്നു.

"എന്തോ പറയാനാ ഇക്കാ. ഈ ഡാം ഇടിയാൻപോണത് നമ്മളോടൊന്നും പറഞ്ഞിട്ടായിരിക്കത്തില്ലല്ലോ?"

രമേശന്റെ അച്ഛൻ ഗൗരവത്തിൽത്തന്നെ അതു പറഞ്ഞു.

"ഒരുകണക്കിന് നീ പറഞ്ഞതുതന്നെ ശരി. ഇനിയിപ്പോ വരവിനും പോക്കിനുമൊന്നും ഒരു വ്യവസ്ഥയും വേണ്ട. അവനോന്റെ ജീവിതം തന്നെ വലുത്."

സാധനങ്ങളെല്ലാം കയറ്റിക്കഴിഞ്ഞ് രമേശന്റെ വീട്ടുകാർ യാത്രതിരിച്ചു. വള്ളക്കടവിലെ ഒരാളോടും അവർ യാത്ര പറഞ്ഞില്ല.

അതൊരു ആരംഭമായിരുന്നു.

ഓരോ ദിവസവും, തങ്ങളുടെ സാധനങ്ങൾ പെറുക്കിക്കെട്ടി ഒരുപാടു കുടുംബങ്ങൾ വള്ളക്കടവ് വിട്ടു. അക്കൂട്ടത്തിൽ ജമാലിക്കയും ഉണ്ടായിരുന്നു.

പോകുമ്പോൾ വണ്ടിയിലിരുന്നുകൊണ്ട് അദ്ദേഹം വള്ളക്കടവു കവലയെനോക്കി. തിരിച്ചുവരാനുള്ള ഒരു യാത്രയാണിതെന്ന് കരുതാനാവുമായിരുന്നില്ലല്ലോ?

ആരോടെന്നില്ലാതെ അദ്ദേഹം പതുക്കെ കൈവീശിക്കൊണ്ടിരുന്നു.

പത്തുനാൽപ്പതു വർഷത്തെ എല്ലാ പരിചയങ്ങളോടും വിട പറഞ്ഞുകൊണ്ട്.

9

രാഘവേട്ടന്റെ മടക്കം

ഒരു ദിവസം ഉച്ചകഴിഞ്ഞ നേരം. അന്നും സ്കൂളുണ്ടായിരുന്നില്ല. വെറുതെ ഓരോന്നാലോചിച്ച് അനുഷ മുറ്റത്തിരിക്കുകയായിരുന്നു.

അമ്മ ഉറക്കത്തിലാവണം. അല്ലെങ്കിൽ ഉറങ്ങാതെ കിടക്കുകയാവണം. വള്ളക്കടവിലെ പരിചിത മുഖങ്ങൾ പലതും നാടുപേക്ഷിച്ചു പോയിക്കഴിഞ്ഞു.

അനുഷ കണ്ടു; രമേടത്തി നടന്നുവരുന്നത്.

"അനുഷക്കുട്ടി എന്താ ആലോചിക്കണത്?"

അവളൊന്നും മിണ്ടിയില്ല. അല്ലെങ്കിൽത്തന്നെ രമേടത്തിയോടെന്ത് പറയാനാണ്? അനുഷയുടെ ആലോചനകളിൽ നിറയെ അവളുടെ അപ്പയും അമ്മയുമാണെന്നത് രമേടത്തിക്കറിയാവുന്നതാണല്ലോ!

രമേടത്തി എന്തിനാവും വന്നത്?

അവൾ ആലോചിച്ചു. ഈ നേരത്തെ വരവ് പതിവില്ലാത്തതാണ്. വൈകുന്നേരം പലയിടത്തും പാലു കൊടുക്കേണ്ടതുണ്ട്. രമേടത്തി കൂടെയില്ലാതെ പശുവിന്റെ കാര്യമൊന്നും രാഘവേട്ടനെക്കൊണ്ട് ഒറ്റയ്ക്ക് നടക്കില്ല.

അവർ വന്ന് തിണ്ണയിലിരുന്നു.

അനുഷയെ അടുത്തിരുത്തി.

“പാലു കൊണ്ടോവാൻ ഞാൻ വരാനിരിക്കുവാരുന്നു.” അവൾ പറഞ്ഞു.

“ഇന്നിനി വേണ്ട മോളേ. പാലുകൊടുപ്പു നിർത്തി.”

“നിർത്തിയോ. അതെന്താ?”

പെട്ടെന്നങ്ങനെ കേട്ടപ്പോൾ അവൾക്കത് വിശ്വസിക്കാനായില്ല.

“എത്ര പതിവുകാരാ വീടുമാറിപ്പോയത്. ഇന്നും കൊറേപ്പേര് പോവുവല്ലേ. മുത്തുരാമനും വന്നു പറഞ്ഞു. ഇനി പാലു വേണ്ടെന്ന്. ആരും ഇല്ലാത്തേടത്ത് എങ്ങനെ കച്ചോടം നടക്കും.”

വള്ളക്കടവിൽ ആരുമില്ലാതെയാവുന്നതെങ്ങനെയെന്ന് അനുഷയ്ക്ക് ബോധ്യമായില്ല. ആരൊക്കെയില്ലെങ്കിലും താനും അമ്മയും ഉണ്ടാകുമല്ലോ. പിന്നെ രാഘവേട്ടനും രമേടത്തിയുമുണ്ട്. മാർക്കോസ് സാറുണ്ട്. പിന്നെ.... പിന്നെയും ചിലരുണ്ടാവുമല്ലോ.

“നാട്ടീന്ന് ഒള്ള തുണ്ടു വിറ്റോണ്ടുവന്ന് വാങ്ങിച്ച സ്ഥലവും വീടുമാണിവിടെ. ഇങ്ങനൊരു ദുരന്തം അന്നേ നേരെ ചൊവ്വേ ആരെങ്കിലും പറഞ്ഞിരുന്നെങ്കില് ഇങ്ങോട്ട് വരത്തില്ലായിരുന്നു. പെട്ടുപോയല്ലോ ഇവിടെ.”

രമേടത്തി കണ്ണുതുടച്ചു.

രമേടത്തി കരഞ്ഞപ്പോൾ അനുഷയ്ക്കും സങ്കടമുണ്ടായി.

“മോള് വരുന്നോ ഞങ്ങളെ കൂടെ?”

രമേടത്തി ചോദിച്ചു.

“എങ്ങോട്ട്?” എവിടേക്കാവും അവർ തന്നെ ക്ഷണിക്കുന്നതെന്ന് അവൾക്കൊരു നിശ്ചയവും ഉണ്ടായിരുന്നില്ല.

“ഞങ്ങളും പോവുവാണ് മോളെ. നാട്ടിലേക്ക്, ഇവിടെക്കെടന്ന് ചാവുന്നതിലും ഭേദം അതല്ലേ.”

രമേടത്തിയുടെ മറുപടി അവളെ തളർത്തി. ആകെയുണ്ടായിരുന്ന ആശ്രയമാണ്. ആ പിടിവള്ളികൂടി നഷ്ടപ്പെടുകയാണെന്ന അറിവ് അനുഷയെ നിർത്താതെ കരയിച്ചു.

രമേടത്തിയും വല്ലാതെയായി.

വളരെ അപൂർവമായി മാത്രം കരഞ്ഞിരുന്ന കുട്ടിയാണ്. അവളിന്ന് പൊട്ടിക്കരയുന്നു.

അവർ അനുഷയെ നെഞ്ചോടടക്കിപ്പിടിച്ചു.

"കരയരുത് മോളെ. എന്തായാലും ഇവിടം വിട്ടുപോയല്ലേ പറ്റൂ. ഡാമെങ്ങാനും ഇടിഞ്ഞുവന്നാൽ നമുക്കൊന്നു നെലവിളിക്കാൻപോലും ഒക്കത്തില്ല. പെരുവെള്ളമാ വരുന്നത്."

അനുഷയുടെ മനസിൽ ദുഃഖം വല്ലാതെ തളം കെട്ടി. അവളുടെ ഏങ്ങലൊടുങ്ങുവോളം രമേടത്തി അനുഷയെ അടക്കിപ്പിടിച്ചുതന്നെയിരുന്നു.

“എവിടെ നിന്റെ ഞാവൽമരം. നട്ടതിൽപ്പിന്നെ ഞാനത് കണ്ടില്ലല്ലോ?”

അവളുടെ എല്ലാ ഉത്സാഹവും നശിച്ചുപോയിരുന്നു. രമേടത്തിയും രാഘവേട്ടനുമൊന്നുമില്ലാതെ വള്ളക്കടവിൽ അവളെങ്ങനെ ജീവിക്കാനാണ്.

“വാ മോളേ. രമേടത്തിക്ക് കാണിച്ചുതാ.”

അവൾ എണീറ്റ് വീടിന്റെ പുറകിലേക്ക് നടന്നു. അവിടെ കാട്ടിലേക്ക് കണ്ണുനട്ട് വിനയത്തോടെ നിൽക്കുന്ന ഞാവൽമരം.

അനുഷ അതിന്റെയടുക്കൽ തലകുനിച്ചുനിന്നു.

ഞാവലിനും അനുഷയുടെ മുഖഛായ തോന്നി രമേടത്തിക്ക്. രണ്ടും ഒരേടത്തുതന്നെ ഉറച്ചുനിൽക്കാൻ വിധിക്കപ്പെട്ടവ. പരാശ്രയമില്ലാതെ ഇവരെങ്ങനെ കഴിയും?

രമേടത്തി വീടിനകത്തേക്ക് കയറി.

“ദേവകീ.....”

അവർ അനുഷയുടെ അമ്മയെ വിളിച്ചു.

അമ്മയുടെ പ്രതികരണമില്ല. അവർ കട്ടിലിൽ കിടക്കുന്നു. പഴയെണ്ണപിടിച്ച തലയിണയിൽ ചാഞ്ഞ്. മുടികൾ പാറുന്നു. ഇരുണ്ട അന്തരീക്ഷം.

“അമ്മേ, ദേ രമേടത്തി.”

അനുഷയും വിളിച്ചു.

അപ്പോൾ അമ്മ മെല്ലെ തലയുയർത്തി, അനുഷയെയും രമേടത്തിയെയും നോക്കി.

“ദേവകീ ഞങ്ങളിവിടെ വിട്ടുപോവുകാ.”

അതും പറഞ്ഞ് അവർ കട്ടിലിലിരുന്നു. “നീയെത്ര ക്ഷീണിച്ചുപോയി. അനുഷേടെ അപ്പ കെട്ടിക്കൊണ്ടുവരുമ്പം എന്തു നല്ല തുടിപ്പാര്ന്നു. ഓരോര്ത്തര്ടെ തലേലെഴുത്തെന്നല്ലാതെ എന്തു പറയാൻ.”

അമ്മ തലയിണയിൽ മുഖം പൊത്തി. പക്ഷേ, കരഞ്ഞില്ല. പഴയ കാര്യങ്ങൾ അമ്മ കാണുന്നുണ്ടാവുമോ എന്തോ?

“നീയൊന്ന് എണീറ്റിരിക്കെന്റെ ദേവകീ. ഏതുനേരോം ഇങ്ങനെ കെടന്നാൽ ആർക്കാ ഗുണം.”

അവർ അമ്മയെ എണീപ്പിച്ചിരുത്തി. പിന്നെ സാവധാനം തുടർന്നു.

“ഓരോര്ത്തരായി ഒഴിഞ്ഞുപോവുമ്പഴാ ഇവ്ടൊരുത്തി ഏതുനേരോം കെടക്കണത്. പഴയതൊക്കെ കൊറച്ചെങ്കിലും നിനക്കൊന്ന് മനസ്സീന്ന് കളഞ്ഞാലെന്താ. ആകെയൊരു കൊച്ചൊള്ളതിന്റെ കാര്യംപോലും നിനക്ക് ശ്രദ്ധയില്ല.”

അത്രയും പറഞ്ഞുനിർത്തി അവർ അമ്മയുടെ മുടിയൊതുക്കി. തിരുകിക്കെട്ടിവച്ചു.

“നിന്റെ കെട്ടിയോന്റെ ബന്ധുക്കളാരൊക്കെയോ ഇപ്പഴുമില്ലേ. അവരെയൊന്നറിയിക്ക്.”

അനുഷയ്ക്ക് അതൊരു പുതിയ അറിവായിരുന്നു.

അപ്പയുടെ ബന്ധുക്കൾ. അവരൊക്കെ എവിടെയോ ഉണ്ട്. സ്വപ്നത്തിൽക്കണ്ട മുന്തിരിവള്ളികളുടെ നാടും.

“ഇവിടെവിടെങ്കിലും അവരുടെ അഡ്രസുണ്ടോന്ന് നോക്ക്. അതെടുത്ത് മാർക്കോസ് സാറിന്റെ കൈയിൽ കൊടുത്താമതി. അങ്ങേരറിയിച്ചോളും.”

അമ്മ ഏതോ അർഥത്തിൽ തലയാട്ടി. ശരിയെന്നോ അല്ലെന്നോ മനസിലാവാത്ത പരുവത്തിൽ.

കുറച്ചുനേരമിരുന്നിട്ട് രമേടത്തി എണീറ്റു. പോകാൻനേരം കുറച്ചു കാശു മടക്കി അമ്മയുടെ കൈയിൽ കൊടുത്തു. അനുഷയെ ഉമ്മവച്ചു.

“രാവിലെ ഞങ്ങള് പോവും മോളെ. നാട്ടീച്ചെന്നിട്ട് എന്താവാനാന്ന് ആർക്കറിയാം.”

രമേടത്തി നടന്നുപോയി.

അനുഷ നോക്കി നിന്നു. കാട്ടിൽനിന്ന് തണുത്ത ഒരു കാറ്റ് അവളെ തഴുകി.

എല്ലാവരും പോകുന്നു. വള്ളക്കടവിൽ അമ്മയും താനും മാത്രം ബാക്കിയാവുന്നു.

കാറ്റിന് വെള്ളത്തിന്റെ മണമായിരുന്നു.

10

മാർക്കോസ് സാറിനെക്കാണണം

രാഘവേട്ടന്റെയും രമേടത്തിയുടെയും മടക്കം അനുഷയെ ഒരുപാടു വേദനിപ്പിച്ചു. അപ്പയില്ലാഞ്ഞിട്ടും അവളും അമ്മയും പട്ടിണിയറിയാതെ കഴിഞ്ഞത് അവരുടെ കാരുണ്യംകൊണ്ടായിരുന്നു.

യാത്രപറയുമ്പോൾ രാഘവേട്ടന്റെയും കണ്ണു നിറഞ്ഞിരുന്നു. പശുവിന്റെ മണമുള്ള കൈകൾകൊണ്ട് രാഘവേട്ടൻ അവളെ ചുറ്റിപ്പിടിച്ചു. വള്ളക്കടവിലെ ഒരു വീട്ടിലേക്കും രാഘവേട്ടന്റെ പശുക്കൾ ചുരത്തിയ പാലുമായി ഇനി അവൾക്കു പോകേണ്ടിവരില്ല.

ഒരു വലിയ വണ്ടിയിൽ രാഘവേട്ടന്റെ പശുക്കൾ തല വെളിയിലേക്കിട്ട് നിന്നു. പച്ചപ്പുനിറഞ്ഞ കാടുകളെ കണ്ണുതുറന്ന് പശുക്കൾ കണ്ടു. ഇനി പോകുന്നേടത്ത് കാടുകളുണ്ടാവില്ലെന്ന് അവയ്ക്കറിയില്ല.

വള്ളക്കടവ് കവലയിലെ നിത്യസഞ്ചാരികളായിരുന്ന മനുഷ്യർക്ക് താങ്ങും തുണയുമായി ഒരുപാടു മൃഗങ്ങളുമുണ്ടായിരുന്നു. മനുഷ്യർ നിൽക്കാത്തിടത്ത് അവയ്ക്കും നിൽക്കാനാവില്ല. ഉടമസ്ഥരോടൊപ്പം നാടുവിട്ടുപോവുകയേ ഗതിയുള്ളൂ.

വള്ളക്കടവിൽ ഒരു വളർത്തുപക്ഷിപോലുമില്ലാത്ത വീട് അനുഷയുടേതായിരുന്നു.

രമേടത്തി പറഞ്ഞിട്ടുപോയ കാര്യം അവളുടെ മനസിൽ ഉടക്കിനിന്നിരുന്നു. മാർക്കോസ് സാറിനെ കാണണം. അപ്പയുടെ ബന്ധുക്കളാരെങ്കിലും നാട്ടിലുണ്ടോ എന്നു കണ്ടുപിടിക്കണം. കഴിയുമെങ്കിൽ അവർക്കൊക്കെ കത്തുകളയക്കണം. സ്കൂളിൽ [illegible].

അവൾ അമ്മയോടു പറഞ്ഞ് കവലയിലേക്കു നടന്നു. കവലയിലെത്തിയപ്പോൾ നിരാശതോന്നി. മാർക്കോസ്സാർ കടയിലുണ്ടാവുമെന്നാണ് കരുതിയത്.

കടയടഞ്ഞുകിടക്കുന്നു. അതിന്റെ കിടപ്പു കണ്ടാൽത്തോന്നും ഇനിയൊരിക്കലും അതു തുറക്കാനേ പോകുന്നില്ലെന്ന്.

അവൾ സാറിന്റെ വീട്ടിലേക്കു നടന്നു. കവലയിൽനിന്നു കുറച്ചു ദൂരെയാണ് വീട്.

തേയിലക്കാട്ടിലൂടെ അൽപ്പനേരം നടക്കണം.

മനസിലോരോന്നോർത്ത് അവൾ നടന്നു.

വീട്ടിലെത്തുമ്പോൾ സാറില്ല. ലിസിച്ചേച്ചിയുണ്ട്. വല്യമ്മച്ചിയുമുണ്ട്.

"ഇതാരാ വരണത്. പാൽക്കുട്ടിയോ!"

ലിസിചേച്ചി അങ്ങനെയാണ്. കാണുമ്പോൾ കാണുമ്പോൾ തോന്നുന്നപേരിട്ടു വിളിക്കും.

അകത്തേക്കു കയറ്റിയിരുത്തി. നാരങ്ങാവെള്ളം കലക്കിക്കൊടുത്തു. വന്നകാര്യം തിരക്കി.

അറിഞ്ഞപ്പോൾ ലിസിചേച്ചിക്കും സങ്കടം. മാർക്കോസ് സാർ കട്ടപ്പനേപ്പോയിരിക്കുന്നു. രാത്രിയാവും വരുമ്പോൾ.

മാർക്കോസ് സാറിനോടു കാര്യം പറയാൻ ലിസിച്ചേച്ചിയെ ഏൽപ്പിച്ച് അവൾ സ്കൂളിലേക്കു നടന്നു.

നടന്നുമറയുന്ന അനുഷയെ ഒരുപാടുനേരം ലിസിച്ചേച്ചി നോക്കിനിന്നു. അവർക്കവളോടു ബഹുമാനം തോന്നി. ഇത്ര ചെറുപ്പത്തിലേ കനത്ത ഒരുത്തരവാദിത്വം അവൾക്കൊറ്റയ്ക്ക് ഏറ്റെടുക്കേണ്ടിവന്നിരിക്കുന്നു. പാവം.

നന്നായിരിക്കട്ടെ എന്നും അവൾ നന്നായിരിക്കട്ടെ.

അവർ മനസിൽ ആശംസിച്ചു.

സ്കൂളിലെത്തിയ അനുഷയെ സ്വീകരിച്ചത് അടഞ്ഞുകിടക്കുന്ന ക്ലാസുമുറികളാണ്. കുട്ടികളില്ല. ടീച്ചർമാരില്ല.

സ്കൂൾ വരാന്തയുടെ കഞ്ഞിപ്പാട മണക്കുന്ന തറയിൽ അവളൊറ്റയ്ക്ക് നിന്നു. ഇടവേളകളിൽ കൂട്ടുകാർചേർന്ന് കളിച്ചുതിമിർത്തിരുന്ന മുറ്റത്ത് വെയിലു വീണുകിടക്കുന്നു. വരാന്തകളിൽ അലഞ്ഞുതിരിഞ്ഞിരുന്ന പ്രാവിൻകൂട്ടങ്ങളുമില്ല.

ഡാം ഇടിഞ്ഞുപോയാൽ വെള്ളത്തിന്റെ കുത്തൊഴുക്കിൽ സ്കൂൾ ഇടിഞ്ഞുപോകരുതേയെന്ന് അവൾ പ്രാർഥിച്ചു. അവളുടെ ഏറ്റവും വലിയ ആഗ്രഹങ്ങളിലൊന്നാണ് സ്കൂളിലെ ടീച്ചറമ്മയാവുകയെന്നത്. സ്കൂൾ ഇടിഞ്ഞുപോയാൽ അതു നടക്കില്ലല്ലോ.

അവൾ സ്കൂളിന്റെ പടികളിറങ്ങി.

പടികളിറങ്ങുമ്പോൾ പുറകിൽനിന്നു മുഴങ്ങിക്കേട്ടിരുന്ന വിളികൾ ഒന്നുമില്ല.

"അനുഷമ്മേ."

"അനുഷചേച്ചീ."

"മോളേ അനുഷേ."

"എടീ അനുഷേ."

"അനുഷക്കള്ളീ."

"അനുഷക്കിളിയേ."

എത്രയെത്രതരം വിളികൾ. ഇപ്പോൾ ഒന്നുമില്ല. ഒരു മനുഷ്യജീവിയുമില്ലാത്ത സ്കൂളിൽനിന്ന് നിശ്ശബ്ദതമാത്രം പ്രതിധ്വനിച്ചു. അതിരാവിലെ മുതൽ കഞ്ഞിക്കു വന്നു കാത്തിരിക്കാറുണ്ടായിരുന്ന പാറുവമ്മച്ചിപോലും ഇല്ല.

ആളനക്കങ്ങൾ കുറഞ്ഞ റോഡിലൂടെ നടക്കുമ്പോൾ അനുഷയുടെ മനസിൽനിന്ന് കിളികളെല്ലാം പറന്നുപോയിരുന്നു.

തിരിച്ച് വീടെത്തുമ്പോൾ, വീട്ടിൽ അമ്മയില്ല. അവളാകെ ഭയപ്പെട്ടു.

വീടിനകത്തും ചുറ്റുവട്ടത്തുമൊന്നുമില്ല.

അവൾ അമ്മയെ നീട്ടിവിളിച്ചു. ഒരു പ്രതികരണവുമുണ്ടായില്ലെങ്കിലും രണ്ടാമത്തെ വിളിക്ക് എവിടെനിന്നോ ഒരു കൂവൽ മാത്രം വന്നു.

അമ്മയുടെ കൂവൽ.

ഓടിച്ചെന്നപ്പോൾ കണ്ടു. കാടുതുടങ്ങുന്നേടത്തുനിന്ന് അമ്മ വന്നു. കാട്ടിലേക്കു നോക്കി കൂവുന്നു.

“എന്താ അമ്മേ ഇത്. അമ്മയെന്തിനാ കൂവണത്.”

ഒരിക്കൽക്കൂടി കൂവിയിട്ട് അമ്മ നിർത്തി. അവളെ തിരിഞ്ഞു നോക്കി.

എന്നിട്ട് അവളോടു നിറഞ്ഞുചിരിച്ചു. അനുഷ അത്ഭുതപ്പെട്ടുപോയി. എത്രകാലം കൂടിയിട്ടാണ് അമ്മയൊന്നു ചിരിക്കുന്നത്. അമ്മയുടെ ചിരിക്ക് ആയിരം പൂക്കളുടെ ചന്തമുണ്ടായിരുന്നു. കാടിന്റെ മുഴുവൻ ചന്തമുണ്ടായിരുന്നു.

“അമ്മയെന്തിനാ കൂവിയത്?”

“അപ്പയെ വിളിച്ചതാ.”

അവൾക്കു പിന്നെയും സന്തോഷം തോന്നി. കാട്ടിലേക്കു നോക്കി കൂവിയ അമ്മയുടെ അസംബന്ധം കരുതിയല്ല, വളരെ നാൾകൂടി അമ്മ മിണ്ടിയല്ലോ എന്ന സന്തോഷം.

തിരികെ നടന്ന് അടുക്കളത്തിണ്ണയിലേക്കുവന്ന അമ്മ തൊട്ടിയിൽനിന്നു കുറച്ചുവെള്ളം കോരി ഞാവലിന്റെ തടത്തിലേക്കൊഴിച്ചു.

അതുകണ്ടുനിന്ന അനുഷയുടെ മനസിലേക്ക് കിളികൾ വീണ്ടും പറന്നുവന്നു.

11

ഒരു ഗ്രാമത്തിന്റെ അവസാനം

ഉപേക്ഷിക്കപ്പെട്ട വീടുകൾ. കവലയിലെ ഇനിയൊരിക്കലും തുറക്കാത്ത കടകൾ. രണ്ടോ മൂന്നോ കുടുംബങ്ങൾ മാത്രമേ ഇനി ബാക്കിയുള്ളൂ. മുത്തുരാമണ്ണനും മാർക്കോസ് സാറും അനുഷയുടെ വീടും.

ആളുകൾ ഒഴിഞ്ഞുപോയ വള്ളക്കടവു കാണാൻ ഒരു പത്രക്കാരനും ടിവിക്കാരനും വന്നില്ല. ഡാമിന്റെ വാർത്തകളെപ്പറ്റി പിന്നീടാരും ഗൗനിക്കുകയുമുണ്ടായില്ല.

രാവിലെ അനുഷയുടെ വീട്ടിലേക്ക് മാർക്കോസ് സാർ വന്നു.

"അഡ്രസേതെങ്കിലും കിട്ടിയോ മോളേ?"

മാർക്കോസ് സാർ ചോദിച്ചു.

"ഇല്ല. പെട്ടീലൊക്കെയന്വേഷിച്ചു."

"ഇനിയിപ്പോ എന്താ ചെയ്യുക?"

സാറ് വല്ലാത്ത ധർമസങ്കടത്തിലായി.

"വൈകുന്നേരം ഞങ്ങളും പോവും. മുത്തുരാമനും കൂടെയൊണ്ട്. പോവുന്നേടത്തേക്ക് നിങ്ങളേം കൊണ്ടുപോകാമെന്നു വച്ചാൽ അതിനുപറ്റിയൊരു സാഹചര്യമല്ല ഒള്ളത്. വേറൊരു വഴിയും തോന്നുന്നുമില്ല."

മാർക്കോസ് സാറും മുത്തുരാമണ്ണനുംകൂടി പോയിക്കഴിഞ്ഞാൽ പിന്നെയുള്ളത് അമ്മയും താനും മാത്രം. അനുഷയ്ക്ക്

പേടിതോന്നി. ഒരുപാടാളുകൾ തിങ്ങിക്കഴിഞ്ഞിരുന്ന വള്ളക്കട വിലെ അവശേഷിക്കാൻ പോകുന്ന രണ്ട് മനുഷ്യാത്മാക്കൾ.

"സാറ് വെഷമിക്കണ്ട. നാളെക്കഴിഞ്ഞ് ഞങ്ങൾ നാട്ടിലേക്കു പോവും."

ആരാണതു പറഞ്ഞത്? സാറ് അത്ഭുതത്തോടെ അക ത്തേക്കു നോക്കി.

അമ്മയായിരുന്നു വളരെ കാര്യഗൗരവത്തിൽ ആ അഭി പ്രായം പറഞ്ഞത്.

മാർക്കോസ് സാറിന് എന്തൊക്കെയോ ചോദിക്കണമെന്നു ണ്ടായിരുന്നു. ചോദിച്ചില്ല. അമ്മയുടെ മാനസികാവസ്ഥയെപ്പറ്റി യായിരുന്നു സാറിന്റെ അതിശയം. ഇങ്ങനെ സംസാരിക്കാൻ മാത്രം അവരിലുണ്ടായ മാറ്റത്തെ ഭാഗ്യമായിത്തന്നെ സാറു കരുതി.

"നാട്ടിലെത്തിയാൽ പരിചയക്കാരെയോ ബന്ധുക്കളെയോ കണ്ടെത്താൻ പറ്റുമോ?"

സാറു ചോദിച്ചു.

"ഇവളുടെ അപ്പയുടെ ഒരു ചിറ്റമ്മയുണ്ട്. അവര്ടെ വീട റിയാം. തൽക്കാലം അതു മതി."

"ഭാഗ്യം"—സാറ് നിശ്വസിച്ചു. "പോകാനൊള്ള വണ്ടിക്കൂ ലിയൊണ്ടോ.

"ഒണ്ട്. രമേടത്തി കൊറച്ചു കാശു തന്നിരുന്നു."

"ദാ ഇതൂടിരിക്കട്ടെ."

കുറച്ചെന്തോ പോക്കറ്റിൽ നിന്നെടുത്ത് സാറ് അനുഷയ്ക്കു കൊടുത്തു. അവളുടെ കവിളിൽത്തലോടി.

"കഴിയുന്നതും നേരത്തേ പോണം. രാത്രീലൊള്ള യാത്ര യൊന്നും വേണ്ട. ഇനിയെന്നെങ്കിലും എവിടെങ്കിലും വെച്ചു കാണാനായാ മതീന്നൊരു ആഗ്രഹമേയുള്ളൂ. ഈ ഡാമില്ലാരു ന്നെങ്കിൽ ഇങ്ങനൊന്നും വരത്തില്ലാര്ന്നല്ലോ."

മാർക്കോസ് സാർ വീർപ്പുമുട്ടി.

"അനുഷക്കുട്ടി പഠിച്ച് വല്യ ടീച്ചറാവുമ്പോ ഞങ്ങളെ യൊക്കെ ഓർക്കണം."

സാറവളുടെ നെറുകയിൽ ചുംബിച്ചു.

"എന്തായാലും ഇനി യാത്രയില്ല. നല്ലതുവരും."

സാറ് കൈവീശി പതിയെ നടന്നുപോയി. അദ്ദേഹത്തിന്റെ ആ യാത്രപറച്ചിൽ അനുഷയെയും അമ്മയെയും വള്ളക്കടവിലെ അവസാന മനുഷ്യരാക്കി മാറ്റി. ഉടമസ്ഥരില്ലാത്ത രണ്ട് മനുഷ്യ രൂപങ്ങൾ.

അനുഷ തിരിഞ്ഞുനിന്ന് അമ്മയെ സൂക്ഷിച്ചുനോക്കി. അമ്മ യുടെ മുഖത്തു പ്രകാശമുണ്ട്. ശുഭപ്രതീക്ഷയുണ്ട്. ആരോരുമി ല്ലാത്തവരാണ് ഞങ്ങളെന്ന ഭയത്തെ തോൽപ്പിക്കുന്ന ആത്മവി ശ്വാസമുണ്ട്.

അമ്മയിപ്പോൾ പഴയ അമ്മയേയല്ല. നാളെ രാവിലെ അപ്പ യുടെ ചിറ്റമ്മയുടെ അടുത്തേക്ക് യാത്രപോവാനിരിക്കുന്ന അമ്മ യാണ്. സ്വപ്നത്തിൽക്കണ്ട മുന്തിരിവള്ളികളുടെ നാട്ടിലേക്കു തന്നെ കൊണ്ടുപോകാനിരിക്കുന്ന അമ്മ.

"അമ്മ ഒള്ളതാണോ പറഞ്ഞത്. അപ്പേടെ നാട്ടിലേക്ക് നമ്മള് പോവുമോ?"

അനുഷയ്ക്ക് സംശയവും ഉണ്ടായിരുന്നു.

"മോള് പേടിക്കേണ്ട. നമ്മൾ പോവും."

അമ്മ ഉറപ്പിച്ചു പറഞ്ഞു.

അപ്പ കൂടെയില്ലാതെയുള്ള യാത്രയാണ്. അവിടെ ആരെ ങ്കിലും തിരിച്ചറിയാനുണ്ടാവുമോ.

അമ്മയോടു ചോദിക്കാതെ അനുഷ ആ സംശയത്തെ മന സിലൊതുക്കി. ചോദിച്ചാൽ അമ്മയുടെ മനസു വേദനിച്ചെന്നി രിക്കും. എന്തോ ഭാഗ്യംകൊണ്ടാണ് അമ്മ ഇത്രയെങ്കിലും മാറി യതുതന്നെ. അപ്പയെക്കുറിച്ചൊരു സംശയംമതി ഒരുപക്ഷേ ഇനിയും അമ്മ പഴയ സ്ഥിതിയിലാവാൻ.

അതവൾ ആഗ്രഹിച്ചില്ല.

വൈകുന്നേരമായപ്പോൾ അമ്മ കൊണ്ടുപോകേണ്ട സാധ നങ്ങളൊക്കെ ഒതുക്കിവയ്ക്കാൻ തുടങ്ങി. വളരെക്കുറച്ചു സാധ നങ്ങൾമാത്രം.

അനുഷ അപ്പോൾ പുറത്തുനിൽക്കുകയായിരുന്നു. ദൂരെ വണ്ടികളുടെ ഇരമ്പവും കേട്ടുകൊണ്ട്. മാർക്കോസ് സാറും മുത്തുരാമണ്ണനും യാത്രയാവുന്നതിന്റെ ശബ്ദം. ആ വണ്ടികൾ കൂടി പോയിക്കഴിയുമ്പോൾ വള്ളക്കടവിൽ രണ്ടുപേർമാത്രം അവശേഷിക്കും. അനുഷയും അമ്മയും മാത്രം.

"മോളേ അനുഷേ."

അമ്മ അകത്തുനിന്ന് വിളിച്ചു.

അവൾ അകത്തേക്കു ചെന്നു.

അമ്മയുടെ കൈയിൽ ഒരു ഫോട്ടോ. അപ്പയും അമ്മയും കുട്ടിയുടുപ്പിട്ട അനുഷയും. ഇത്രകാലവും അങ്ങനെയൊരു ഫോട്ടോ അനുഷ കണ്ടിട്ടില്ല.

ഫോട്ടോയിലെ അപ്പയുടെ മുഖം അത്ര വ്യക്തമായിരുന്നില്ലെങ്കിലും അതിനിടയിലൂടെ നേർത്ത ഒരു ചിരി പുറത്തു കാണാമായിരുന്നു. വാത്സല്യഭാവമുള്ള ചിരി.

ഒരു ചെറിയ ബാഗിലേക്ക് അമ്മ ചിലതെല്ലാം എടുത്തുവയ്ക്കുന്നു. ഇതുവരെയുള്ള സമ്പാദ്യങ്ങളിൽ മിക്കതും ഇവിടെത്തന്നെ ഉപേക്ഷിച്ചു പോവുന്നു. കൂട്ടത്തിൽ ഞാവൽച്ചെടിയുമുണ്ടാകും.

അതു വളർന്നു വലുതാകുന്നതും അതിൽ കായകളുണ്ടാകുന്നതും പഴുത്തകായകൾ തിന്നാൻ നിറയെ കിളികൾ വരുന്നതുമൊന്നും കാണാൻ അവളുണ്ടാവില്ല. അതിനുമുമ്പ് ഡാം ഇടിഞ്ഞുപോയാൽ ഞാവൽച്ചെടിതന്നെയുണ്ടാവില്ല.

രാത്രിയിൽ അമ്മയെ കെട്ടിപ്പിടിച്ചുറങ്ങാൻ കിടക്കുമ്പോൾ അവൾ അതുതന്നെ ആലോചിച്ചു.

രാത്രിയുടെ ഏതൊക്കെയോ മൂലകളിലിരുന്ന് തവിടൻചീവീടുകൾ മുരളുന്നുണ്ടായിരുന്നു. അവയുടെ മുരൾച്ചയുടെ ശബ്ദം ഇരുട്ടിലൂടെ മുഴക്കത്തോടെ സഞ്ചരിക്കുകയായിരുന്നു.

അതൊരു വല്ലാത്ത രാത്രിയാണല്ലോ എന്ന് അവൾ ഭയപ്പെട്ടു.

എല്ലാ മനുഷ്യരും ഉപേക്ഷിച്ചുപോയ വള്ളക്കടവ്. നിറയെ പൂട്ടിക്കിടക്കുന്ന വീടുകൾ. ഒന്നു നിലവിളിച്ചാൽപ്പോലും ആരും കേൾക്കാത്ത ഏകാന്തത.

"അമ്മേ....."

അവൾ വിളിച്ചു.

"ഊം."

അമ്മ മൂളിക്കേട്ടു.

"ഈ വള്ളക്കടവില് നമ്മളല്ലാതെ വേറാരും ഇല്ലല്ലോ!"

"മോൾക്കെന്താ പേടിതോന്നുന്നോ?"

"പേടിയൊണ്ട്. എന്നാലും അമ്മെയൊണ്ടല്ലോന്ന് ആശ്വാസോം ഒണ്ട്."

"അമ്മയെ മോൾക്ക് ഒരിക്കലും പേടിയൊണ്ടാര്ന്നില്ലേ?"

"അതെന്താ അമ്മ അങ്ങനെ ചോദിച്ചത്?"

"അമ്മ കൊറേനാള് സുഖക്കേടു പിടിച്ചിര്ന്നപ്പളും മോള് പേടിച്ചില്ലേ."

"അമ്മയ്ക്കതിന് സുഖക്കേടില്ലാര്ന്നല്ലൊ. മിണ്ടാതിര്ന്ന തല്ലേ."

അവൾ അമ്മയെ മുറുകെ പുണർന്നു കിടന്നു. കാട്ടിൽനിന്നു തണുത്തകാറ്റ് വീശുന്നുണ്ടായിരുന്നു.

"മോളൊറങ്ങിക്കോ. രാവിലെ പോവണ്ടതല്ലേ."

അമ്മയവളുടെ മുതുകിൽ കൈപ്പടംകൊണ്ട് പതിയെ തട്ടിക്കൊണ്ടിരുന്നു. അമ്മ ഏതോ പാട്ട് മെല്ലെ മൂളുകയും ചെയ്തു.

അമ്മയുടെ മണംപിടിച്ചുകിടന്ന് അവളുടെ കണ്ണടഞ്ഞു. ഉറക്കത്തിന്റെ ലോകത്തിലേക്കു പോയി.

രാത്രി കനത്തു.

പാതിരാത്രിയായി.

അനുഷ ഇടയ്ക്കൊന്നുണർന്നു. അമ്മയെ ചുറ്റിപ്പിടിക്കാൻ നോക്കി.

പേടിച്ചു വിറച്ചുപോയി.

അമ്മ കട്ടിലില്ല. മുറിയിലെങ്ങുമില്ല.

അവൾ അമ്മയെ വിളിച്ചു കരഞ്ഞു. കരയുമ്പോൾ കണ്ടു. പുറകിലെ വാതിൽ തുറന്നു കിടക്കുന്നു.

പുറത്തിറങ്ങിനിന്ന് അമ്മ കാടിനെ നോക്കുന്നു. ഇരുട്ടിലൂടെ നിലാവിറങ്ങിക്കിടക്കുന്ന കാട്.

“എന്താ അമ്മേ അവിടെ?”

“നിന്റെ അപ്പ.”

“എവിടെ!”

“ദാ, കാട്ടീന്ന് വിളിക്കുന്നു. മോളേം കൂട്ടി ചെല്ലാൻ പറഞ്ഞു. നമുക്കു പോവാം.”

അവൾക്കു പേടി തോന്നിയില്ല.

അപ്പ വിളിക്കുന്നു.

അനുഷയുടെ കൈപിടിച്ചുകൊണ്ട് അമ്മ കാട്ടിലേക്കു നടന്നു.